कुंभारवाडी

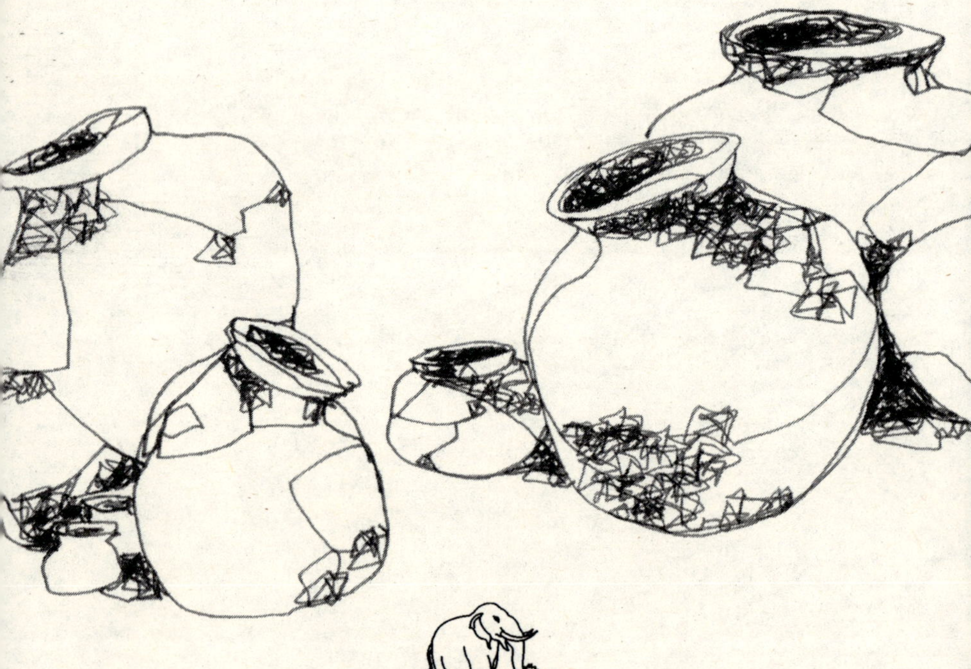

पॉप्युलर प्रकाशन, मुंबई

कुंभारवाडी

महाबळेश्वर सैल

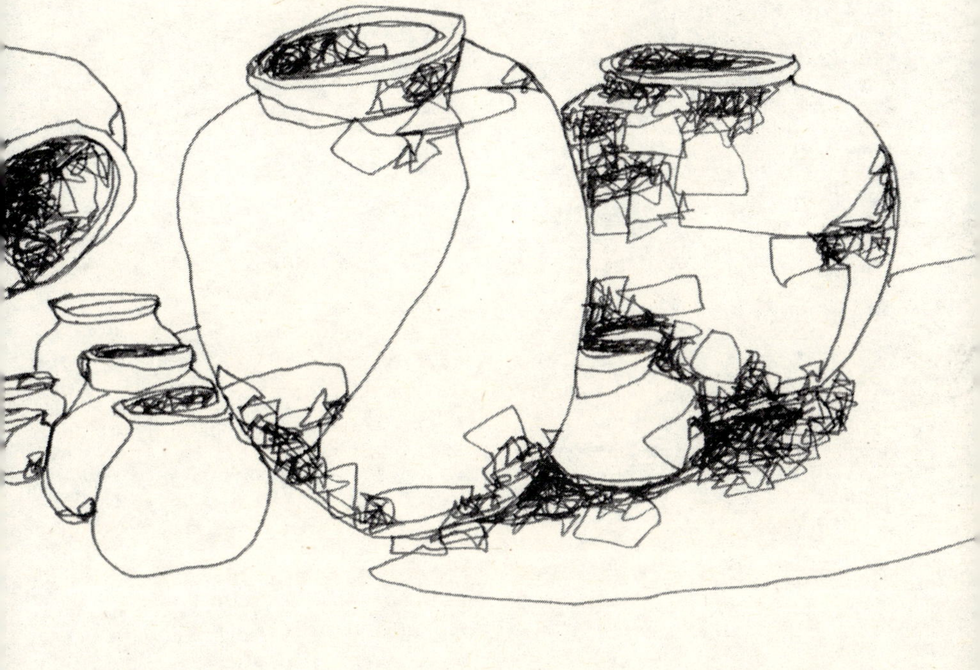

कुंभारवाडी
(म-१३१३)
पॉप्युलर प्रकाशन
ISBN 978-81-7991-939-2

KUMBHARWADI
(Marathi : Novel)
Mahabaleshwar Sail

पहिली आवृत्ती : २०२१/१९४२
पुनर्मुद्रण : २०२४/१९४६

मुखपृष्ठ व आतील चित्रे : अन्वर हुसेन

प्रकाशक
अस्मिता मोहिते
पॉप्युलर प्रकाशन प्रा. लि.
३०१, महालक्ष्मी चेंबर्स
२२, भुलाभाई देसाई रोड
मुंबई ४०० ०२६

अक्षरजुळणी
ऑलरिच एन्टरप्रायझेस
माहीम, मुंबई ४०० ०१६

मुद्रक
ट्रिनिटी अकॅडमी फॉर कॉर्पोरेट ट्रेनिंग लि.
पुणे

कारवारचे एक थोर समाजसेवक
आणि दानशूर सद्‌गृहस्थ
श्री. नारायण सावंत
यांना प्रेमपूर्वक...

लेखकाने ही कादंबरी कोंकणी आणि मराठी या दोन्ही भाषांतून लिहिली आहे. या कादंबरीच्या कोंकणी आवृत्तीला के. के. बिर्ला फाऊंडेशनचा 'सरस्वती सन्मान' प्राप्त झाला आहे.

आठनऊ छपरांची ती लहानशी कुंभारवाडी. वाडीच्या चहूबाजूनं दूरदूरपर्यंत पसरलेली कुळवाड्यांची शेतं, मग गोव्याच्या सीमेवरच्या डोंगररांगा. त्या डोंगरांतूनच होतं एक मोठं तळं. पावसाळ्यात ते उफाट भरून जायचं. असंख्य कमळं फुलायची. नाना जातींचे पक्षी बागडायचे. त्यांचा किलबिलाट चालायचा दिवसभर. माघ महिना संपायला तळं सुकून जायचं. तळाशी भेगा पडायच्या. तेव्हा तळ्यातून वाळलेली माती आणण्यासाठी कुंभारांची लगबग चालायची.

सगळं छान होतं, सुंदर होतं. स्वच्छ सूर्यप्रकाश पडायचा, छान वारा वाहायचा. आजूबाजूच्या गावांतून जत्रा, नाटकं व्हायची. याच सुंदर प्रदेशात गरीब, भुकेल्या कुंभारांचा जिवंत राहण्याचा अटीतटीचा संघर्ष चालला होता!

वैशाख नुकताच लागला होता. उन्हं तीव्र होत चालली होती. आजची ही दुपार उन्हात भाजून काळवंडल्यासारखी वाटत होती. सकाळपासून आभाळाच्या मावळतीला काळं दाटलं होतं, ते सरकत नव्हतं. वारा तर असा सुस्तावला होता, सावरीच्या कापसाची म्हातारी फूक मारून वर उडवली असती, तरी ती उडाली नसती.

पण कुंभारवाडीवर कुंभारांचे सगळे व्यवहार नीट चालले होते. ते माती कालवून मळत होते, चाकावरून गळे काढत होते, ते पेटत होते, उन्हात सुकायला टाकत होते, खळातल्या आंबलीबरोबर पेजेचं पाणी पीत होते. पुरशानं दारात उभं राहून एक वेळ म्हटलं होतं, ''हा साचलेला उकाडा बरा नाही. पाऊस तर पडणार नाही ना देवा! अंगावरून घामाच्या पागोळ्या आणि वारा तर तिळमात्र नाही!''

दुपार उतरली आणि कुठंतरी काहीतरी हललं. हवा सरसरत झाडांतून खेळू लागली. वाडीच्या मधोमध उभ्या असलेल्या आंब्याच्या झाडाचा उंच

शेंडा झोका घेत एका बाजूनं दुसऱ्या बाजूला गेला. त्याचा सोंऽऽ असा आवाज आला. वाऱ्याचा वेग वाढला. वाऱ्याबरोबर काळे ढगही सरकत डोकीवर यायला लागले. चाकावरचे मडक्यांचे गळे घेऊन पेटत बसलेले कुंभार थबकले. त्यांनी हातातलं पेटणं, आतून धरायचा दगड सगळं खाली ठेवलं. कालपरवा पेटून आकार दिलेली मडकी अंगणात, वाडीच्या कडेला सुकत टाकली होती. पाऊस डोकीवरच टेपला होता. बायकांची एकच धांदल उडाली. मडकी भरून आणायला मोठाल्या बुट्ट्या घेऊन त्या धावल्या. यशवंतची बायको गोकुळा अंगणात बुट्टी भरून घेताना बुट्टी एका बाजूनं कलंडली आणि नीट वाळलेलं एक मडकं खाली पडून फुटलं. ते पाहून यशवंत ओसरीतून तणतणला, ''नाचरी रांड, हाताला धाड भरलीय काय तुझ्या? काय चांगलं मडकं फोडलं? पेटताना रट्टे फुटतात माझे.''

''तू बसूनच का आहेस गोळ्यासारखा? ढुंगणाला मुळं फुटलीयत? उठून जरा हात लावलाय तर जीव खपेल तुझा?''

यशवंत मुकाट्यानं उठला आणि बायकोला मदत करू लागला. आजूबाजूच्या घरांतल्या बायका-मुलांचीही अशीच लगबग चालली होती. अंगणात उभा असलेला पुरशा कमरेवर हात ठेवून बोलत होता, ''मी केव्हापासून सांगत होतो, लवकरच तळ्यातली माती आणून साठवून ठेवा. आता पाऊस पडून तळ्यात पाणी भरलं, तर काय करणार? जाऊन तळ्यात उडी घेणार? कुल्ल्यावर लाथा पडल्याशिवाय यांची डोकी चालतच नाहीत!''

यावर यशवंत म्हणाला, ''माती आणली काय, धूळ आणली काय, कुंभारानं पावसाळा तीन महिने आपली आतडी खरवडून खायाची. निगरगट्ट झाल्या आहेत आतड्या आता. सोड, अवेळीचा पाऊस तो, येणार आणि जाणार.''

वारा वाहतच होता, ढग डोकीवर चढतच होते. वाळलेली मडकी आत आणून टाकल्यावर कुंभार, त्यांच्या बायका दारांतून उगी बसल्या होत्या. जवळच्या शेतातून कुळवाड्यांनी औतं जुंपली होती, ती आता उठत्या धुळीत बुडून गेली होती. त्यांनी आता बैलांना सोडलं. त्यांना आपल्या वाडीच्या बाजूनं हाकत ते निघून गेले. त्यांच्या दूरदूरवरच्या वाड्याही धुळीत दिसत नव्हत्या.

आता वारा राहिला. सगळं स्तब्ध झालं.

काही क्षणांतच पाऊस झडायला लागला. आधी बारीक, हळूहळू, मग त्यानं जोरच धरला. झाडांच्या अंगाखांद्यांवरून पाणी निथळत मुळांपर्यंत

पोहोचत होतं. मुलं अंगणात येऊन भिजत खेळत होती. ओसरीत बसलेले बायका-पुरुष मात्र हनुवटीवर हात टेकवून काळजीत खिन्न बसले होते. असाच पाऊस पडत राहिला, तर तळ्यात पाणी भरेल, माती मिळणार नाही, मडकी सुकवायला उन्हं पडणार नाहीत. आवा टाकायलाही मिळणार नाही!

इतक्यात कुणीतरी बसलेल्या तिथूनच पाहिलं, दूर शेतातून एक बाई पावसात भिजतच येत आहे. तिच्या कडेवर मूलही आहे. शिवराम पावसाला न जुमानता वाडीच्या कडेला येऊन उभा राहिला. त्यानं डोक्यावर हात धरून बारीक पाहिलं, कधी अंगाखांद्यावर खेळलेली मुलगी! तो दुरूनच ओरडला, ''अरे, ही तर आमच्या घनश्यामची मुलगी सुनंदा! रडतच येते की काय आणखी!''

शिवराम अजून पुढे गेला. ती रडतच येत होती. तिचे अश्रू आणि पावसाचं पाणी एक होऊन गळत होतं. तिचे केस भिजून ओघळले होते, कपाळावरचं कुंकू धुऊन गेलं होतं. कडेवर घेतलेल्या मुलावर तिनं पदर टाकला होता. ते आईला चाप्प बिलगून होतं. वाडीच्या कडेवर पोहोचताच ती मोठ्यानं रडायला लागली. रडतच आपल्या बापाच्या घराच्या बाजूनं गेली. दारातूनच तिनं आयला म्हटलं, ''मारलं त्यानं मला, ओढून घराबाहेर काढलं. आत्याचीच फूस त्याला.''

पावसातच पूर्ण वाडीवर बातमी पोहोचली, घनश्यामची मुलगी सुनंदा रडतच नवऱ्याच्या घरून आली आहे. पावसानं पुरी भिजली आहे.

प्रत्येक घरातून काहीबाही आडोसा घेऊन एकदोघं घनश्यामच्या घरी पोहोचले. रामचंद्राची बायको आनंदी तिला पाहून रडायलाच लागली. काळा किडकिडीत घनश्याम कमरेला उसण भरल्यासारखा, पोक आल्यासारखा, 'शिव शिव' म्हणत उगीच आत-बाहेर करत होता. आत रुक्मिणी नातवाला आपल्या पदरानं पुसून कोरडा करीत नवऱ्यालाच बोल लावत होती, ''मी नको नको म्हणताना यानं मुलीला आपल्या बहिणीच्या मुलाला दिली. बहीण नव्हे, राक्षसीण ती. बीजच तसलं तुमचं. तू आणि कसला, आता कंबर धरलेला कासव झाला आहे. पूर्वी पेटण्यानं मारत होतास मला.''

घनश्याम मोठ्यानंच तणतणला, ''पूर्वी तू ती आल्या वेळी तिच्याशी भांडत होतीस. शिव्याशाप देत ती परत जायची. मुलगी देऊन बरं होईल असं वाटलं होतं.''

गोपाळ मध्येच रागावला, ''पोरगी भिजत येऊन रडत बसली आहे, तुमची ही कसली भांडणं?'' मग त्यानं सुनंदाला विचारलं, ''काय झालं गं बाय, कशाला म्हणून मारलं त्यानं? एकटीच अशी चालत आलीयस कणसगिरीहून?''

कुणीतरी बाई जुना कपडा घेऊन तिचे केस पुसत होती. तिनं रडतच सांगितलं, ''अण्णा, मारतात ते मला, नवरा आणि आत्ती दोघंही. मी काहीही करायला गेले, तर वाकडंच. माझ्या मातीत दगड राहतात म्हणतात. मी हात लावल्यास आव्यातल्या मडक्यांना तडा जातो म्हणतात. मला आव्याजवळ जायला देत नाहीत. आव्याला हात लावायला देत नाहीत.''

''काय गुणी पोर गं तू? कसला उच्छाद मांडलाय हा त्यांनी!'' विश्रामच्या बायकोनं म्हटलं.

''या वर्षी थोडं शेत खंडानं करायला घेतलं होतं. मला शेतातलं काय कळत नाही म्हणून शेतापासून घरापर्यंत मारत आणलं नवऱ्यानं.''

सगळ्यांना सामाईकपणे राग आल्यासारखा झाला. सगळ्यांनी एकच कलकलाट केला, ''लहानपणी वेडपट घुंगा वाटत होता. मामाकडे आल्यास नेहमी आंब्याच्या-काजूच्या झाडांतून फिरायचा. आंब्याकाजूचा चीक लागून अंगावर रुं पडायची. बोलताना होंहों करून बोलायचा वेडपट कसा.''

''वेडा कुठला? एक नंबरचा लुच्चा आहे तो. बाप लफंगा दारुडा होता. दारू पिऊनच मेला.''

''आय कस्तुरी पूर्वीपासून अगदी खाष्ट, भांडकुदळच. एका गावात विक्रीला गेली होती, तिथं तिनं एका पुरुषाच्या डोकीवर मडकं मारून फोडलं. गावानं काठी हातात घेऊन तिला गावाबाहेर काढलं. पुन्हा या गावात पाय ठेवू नकोस म्हणून बजावलं.''

आता वयस्क सीताई सगळ्यांना बाजूला ढकलत पुढं आली. म्हणाली, ''पोर भिजलेल्या साडीत तशीच बसली आहे आणि नुसत्या बोलतच का बसल्या आहात तुम्ही? तिला कुंकूतरी लावाल आधी?'' रुक्मिणीनं तिला हाताला धरून आत नेलं. सीताई आता फारच चिडून म्हणाली, ''ती कस्तुरी कशी आहे ते मी पाहते. उद्याचा एक दिवस, परवा मी तिला घेऊन जाते तिच्या गावाला, त्या कलागतीचा केसाचा बुचडा धरून हलवते. इथेच जित्ती पुरून टाकते म्हणून सांगते. त्या गावच्या लहानमोठ्या लोकांना बोलवून गावाबाहेर करायला म्हणून सांगते. तिचा तो मुलगा चंद्रू, तो घोंग्या, त्यालाही धमकावते बरंच.''

सुनंदा बाहेर येत म्हणाली, ''कशाला असा ताण करून घेतेस सीताई, माझं मी भोगेन. आधीच मला त्यांची भीती वाटते.''

सुनंदा तशी गुणी, मायाळू, साधीच मुलगी होती. तिचे हातपाय बरेच बारीक होते, कमरेचा घेरच जास्त मोठा होता. म्हणून तिला झपझप कामं आटोपता येत नव्हती. पण भावाची मुलगी म्हणून कस्तुरीनं तिला सांभाळून घ्यायला हवं असं साऱ्यांनाच वाटत होतं. नाहीतरी तिच्या बुटक्या मुलाला कुणी मुलगी दिली असती?

तिसऱ्या दिवशी सीताई सुनंदाला घेऊन जायला उठली, तर इतर बायका म्हणायला लागल्या, ''आम्हीही येतो.''

''कशाला तुम्ही आणखी? काय वरात काढायचीय पुन्हा?''

आपल्या चर्रचर्र वाजणाऱ्या वहाणा चढवीत ती सुनंदाला म्हणाली, ''चल जाऊ या आपण. काही भ्यायचं नाही. जशास तसं परतून बोलायचं.''

सीताई तिला घेऊन गेलीय म्हटल्यावर वाडीवरचे लोक, तिचे आयबाप निश्चिंत झाले.

संध्याकाळी वाऱ्याबरोबर आलेला पाऊस बराच वेळ थोडा थोडा झडला आणि निघूनही गेला. दुसऱ्या दिवशी त्याचा मागमूसही नव्हता. थोडी थोडी वरच्यावर भिजलेली माती दुपारपर्यंत वाळून गेली आणि पुन्हा वाऱ्याबरोबर धूळ उठायला लागली. पुढच्या डोंगरातला पिवळेपणाही तसाच होता. उलट तीव्र उन्हात तिथं आग उठल्यासारखी वाटत होती. चहूबाजूंच्या शेतांतून कुळवाड्यांनी नांगरायला, पेरणीला औतं जुंपली होती. त्यांच्या बायका शेतातून शेणखत पसरवत होत्या. नांगर पोहोचत नव्हता, तिथं खोऱ्यानं खणत होत्या. कामाची एकच घाईगडबड चालली होती.

कुंभारांनाही निकड लागली होती. तळं भरायच्या आधी होईल तेवढी माती साठवून ठेवायला हवी होती. पुन्हा तळं सुकेपर्यंत ती पुरायला हवी होती. मध्ये माती मिळणार नव्हती. या तळ्याची माती छान, वेगळीच होती. त्यांच्या पूर्वजांनी माती ओळखून-पारखून इथं वस्ती केली असणार. मडक्यांसाठी अशी लोण्यासारखी माती धा-वीस मैलांच्या प्रदेशात अजून कुठं नव्हती.

सकाळी थोडं उशिराच ते बुट्ट्या, कुदळी, खोरी घेऊन माती आणायला तळ्यावर गेले. खरं तर सगळे कुंभार सकाळी उठायचेच उशिरा. कुळवाडी लाकडाच्या मोळ्या घेऊन डोंगर उतरताना यांच्या बायका रानात

जळण आणायला निघत. कुळवाड्यांनी तांबडं फुटायच्या आधीच औत जुंपून चार गाद्या शेत नांगरून टाकलेलं असे, तेव्हा कुंभार दाताला राखुंडी लावताना दिसे. खरं तर कुंभार झोपायचेच उशिरा. रात्रीच्या थंड हवेत उशिरापर्यंत ते मडकी पेटत बसत. शांत वेळी तो टोक् टोक् आवाज दूरपर्यंत घुमत असायचा, तेव्हा त्यांच्या बायकाही आत-बाहेर करत राहायच्या. नवऱ्याला विडीसाठी निखारा दे, ओल्या बोळ्यासाठी पाणी दे, हे चालूच असायचं.

तळं पाण्यानं भरलेलं असो वा सुकलेलं, तळ्यावर पोहोचल्यावर मन अगदी प्रसन्न व्हायचं. मोठं शंभर हात रुंद आणि चारशे हात लांब तळं. खालच्या बाजूनं बारीक बसका बांध. वरच्या बाजूचा डोंगर उतरून तळ्यापर्यंत येऊन पोहोचला होता. मध्ये हिरवंगार कुरण होतं तिथं नेहमीच स्वच्छ मोकळा प्रकाश असायचा आणि जीवनजाग असायची. माणसांचीच नव्हे. उगीच हाका घुमायच्या, काहीतरी सरसरत गेल्यासारखं वाटायचं. तळ्यावर कुणी नसलं, तरी टिकटिवे पक्षी सदैव असायचे. माणसांचं स्वागत केल्यासारखं ते टिकटिवांक करत डोकीवरून उडून जायचे. तळ्यावर ओणवून आलेला डोंगर आपली बदलती रूपं तळ्यात सोडत राहायचा.

तळ्याच्या पश्चिम बाजूनं एक ओढा तळ्यातून वाहत गावाच्या बाजूनं जायचा. त्यामुळे तळ्यातलं पाणी माघातच तळाला लागायचं. तेव्हा फक्त कुंभारच तळ्यावर ये-जा करायचे. तळं सुकलं म्हटल्यावर कुळवाडी त्यांची गुरं-गोठे-गोठणं सोडून गावातल्या गवाणीला जायचे. कुंभारांचाच वावर तेव्हा तळ्यावर असायचा.

पुरशा, पुरशाची बायको जानकी, त्याची मुलगी विमल, तसेच शिवराम, त्याची बायको अबोली बरोबरीनंच तळ्यावर गेले होते. ते माती खणायला पहिली कुदळ मारतात, तोच डोंगराच्या बाजूनं कुणीतरी बोलतंय असा आवाज आला. पण त्या बाजूचं नीट दिसत नव्हतं. मध्ये एक काट्यानं भरलेली मोठ्ठी बांबूची कणक होती. कुणीतरी बोलतात ते ऐकल्यावर पुरशा आणि शिवराम त्या बाजूनं गेले, कणकीला वळसा घालून. तिथं तीन पांढरपेशी माणसं दूर दूर उभी होती. एक तिकाटणं उभं करून त्यावर लहानसं यंत्र ठेवलं होतं. एकजण हातात लाल बावटा धरून दूर उभा होता. शिवरामनं विचारलं, ''काय करताय गा, काय चाललंय इथं?''

''सर्व्हे करतो ना तळ्याच्या भोवतालची.''

''सर्व्हे कशासाठी म्हूण?''

''डॅम, डॅम बांधतात इथं. पाणी साठवायला.''

तो बोलणारा माणूस इतका काळा आणि ओबडधोबड होता, तो हातात लेखणी धरणारा माणूस वाटतच नव्हता. त्याचं कानडी बोलणं शिवरामला समजतही नव्हतं. तेवढ्यात तो लाल बावटा धरणारा माणूस तिथं आला. तो कोकणी माणूस होता. त्यानं सांगितलं, ''तुम्हांला माहीत नाही, तळ्याला खालच्या बाजूला मोठा उंच बांध घालणार आहेत. तो ओढाही बुडून जाईल त्यानं. मग तळ्यात मे महिन्यातही तुडुंब पाणी भरून राहील.''

''मग तळं केव्हाच तळाला लागून सुकणार नाही म्हणतोस?''

''छे, छे! मग बांध बांधून काय उपयोग? ती खालची सगळी जमीन भिजेल उन्हाळ्यातही.''

''कधी होईल ते काम?''

''सांगता येत नाही, सरकारी काम. पण होईल लवकर.''

पुरशानं एवढंसं तोंड करून म्हटलं, ''आम्ही कुंभार, तळ्याच्या तळातली मातीच आमचं धन... ही माती मिळणार नसेल तर आम्हांला माती खावी लागेल. चाकावर गळे काय आमचं मांस थापून काढणार!'' त्यानं आवंढा गिळून म्हटलं, ''इतकी वर्षं ऐकतच होतो, आता ते छाताडावरच येऊन बसणार असं वाटतं!''

''तुम्ही सांगायला हवं होतं आधीच, आमदाराला, मंत्र्याला.''

''आमच्या कुंभारांचं कोण ऐकणार? लहान लोक हो आम्ही. मातीचा गोळा कसा कुणीही चिरडावा.''

''आता काही होणार नाही, काहीच होणार नाही.'' तो लाल बावटा धरून निघून गेला. ते तळ्याच्या बाजूनं निघाले. तळ्यावर राहिलेली त्यांची बायका-मुलं दुरून तिथं गुरं सोडून ठेवल्यासारखी वाटत होती. ते जड पावलांनी तळ्यावर आले.

तळं सुकलं होतं आणि माती भेगाळलेली होती. सुकलेली काळसर चिकणमाती! अशीच माती मडक्यांना हवी असायची. ती आणखी सुकवून बडवून ठेवायचे. त्यात डोंगरातली अर्धी लाल माती मिसळायचे. या डोंगरातली माती आणि तळ्यातली माती यांचा बेस सुरमेळ साधायचा. ती मिसळून कालवून कुसवून मळली म्हणजे त्याचं लोणीच व्हायचं. ती चाकावर छान फिरायची. त्याचं आधी लिंग उभं करून कुंभार बारीक-मोठे छान गळे रेखायचे. मडकी पेटताना ती माती पेटण्याबरोबर धावायची.

त्यांनी मेलेल्या हातानं कुदळ, खोरं मारून बुट्ट्या भरल्या आणि त्या बायकांच्या, मुलांच्या डोकीवर दिल्या. मग एकमेकांच्या आधारानं आपल्या

डोकीवर घेतल्या. कुदळ बुट्टीत वर टाकली. खोरं खांद्यावर घेतलं. ''शिवराम, तळ्यात वर्षभर पाणी भरून उरलं, तर मग आपण कुठं जायचं?''

''जाणार कुठं? यायचं आणि बायकोमुलांसह या तळ्यातच उडी घेऊन जीव द्यायचा.''

''नाही, अजून कुठल्या तरी गावात?''

''माती असायला हवी नाही? आणि अख्खी वाडी उचलून घेऊन कुठं जाणार, कुणाच्या पोटावर पाय द्यायला? आधीच सगळीकडे कुंभार टेकलेत.''

बायकांनीच आधी बातमी वाडीवर पोहोचवली, घरा-घरांतून लोकांच्या पोटात खपापा भरून गेला. त्यांना वाटत होतं, तळ्यात पाण्याचा पूर येईल खरा, पण आपली घरं मात्र तो बुडवून जाईल.

संध्याकाळी काही पुरुष गावात जाऊन दारू पिऊन आले. शंकर मासे आणायला बाजारात गेला होता. येताना वाटेवर बराच पिऊन आला. माशांचं बोचकं उंबराशी टाकून आव्याच्या ठिकाणी आला. तिथं उभा राहून आरडा करायला लागला, ''तुमच्या हाती माती धोपटायची कुडती आणि मडकी पेटण्याची पेटणी ना रे, बांधावर एक ट्रक माती टाकली, तर डोकी फोडा. ट्रक बांधावरून उलथून टाका. होऊ दे हाणामारी, रक्तानं तळं भरून जाऊ दे. कंजूस कुळवाडी ते, वर्षाला तीन पिकं घेतील, माड, माडी, उप्पाट शिंपतील, नारळ, पोफळ्या घेतील आणि आमच्या तोंडी माती... नाही, तुम्हां भोंचू, भितऱ्या कुंभारांकडून काही होणार नाही. मी एकदा फौजदाराला थप्पड लगावली होती...''

गोपाळ जवळच राहून ऐकत होता. तो पुढं येऊन म्हणाला, ''दारू ढोसून या बाता तुझ्या. वाडीवर पंचायतीचा कारकून आला, तर चुलीशी जाऊन लपून बसणार तू. मेला तू, फौजदाराला मारलं म्हणतोस!''

''गोपाळ, तू मला सांगू नकोस. माझ्याशी खेळू नकोस. मला माहीत आहे तू किती वाघ मारले आहेस ते. एकदा एका कुळवाड्याच्या बाईला शिट्टी देत होतास, ती बाई व्हाण हाती घेऊन तुझ्या मागे लागली होती. तू येऊन बायकोच्या कासोट्यामागे लपून बसला होतास.''

''आयझंव्या शंकरा, उगीच खोटंनाटं बोलू नकोस. बत्तिशी तोडून हातात देईन.''

''बोलणार, बोलणार मी. तुला हवं ते कर. पोलिसांना बोलव, भीत नाही मी. तुला धरून सगळ्यांना विकत घेणार मी. कुळवाड्यांची ही शेतं

विकत घेणार आहे मी, सात औतं घालणार आहे. तुझ्यासारखं चुलीवर आधण ठेवून दुसऱ्याच्या दारात तांदूळ मागायला जाणार नाही.''

आता तिथं मोठा आरडाओरडा सुरू झाला. दोघेही मारामारीवर उठले. इतर काहीजण दारू पिऊन आलेले होतेच. पण ते रडायला बसल्यासारखे उगी सीताईच्या अंगणाच्या मेरेवर बसले होते. दुःख वाटून घेत हळूहळू बोलत होते. आता तेही उठले. आता कुठे त्यांची दारू डोक्यात भिनत होती. आता तेही त्या भांडणात मिळाले. उगीच कुणाची तरी बाजू घेऊन भांडायला लागले. कुणीतरी म्हणत होता, ''आम्ही थेट बेंगळूरला जाऊ, मंत्र्याची मानगूट धरून विचारू, पुढच्या इलेक्शनला मतं मागायला आल्यास हाती काठ्या घेऊन हाकलून लावणार म्हणून सांगू.''

आता सीताई त्यांच्यामध्ये आली. तिनं म्हटलं, ''अरे, इलेक्शनला मतं मारायला बोलवलं, तर तिथे सही करायला कळत नाही, बोट मारावं लागतं म्हणून तुम्ही जायला मागं सरता. बेंगळूरची गोष्ट आणि सांगतोस, तिथं तुम्हांला गळ्यात दावी घालूनच न्यावं लागेल.''

''उद्या आमची माती कायमची बुडाली, तर आम्ही काय करायचं गं सीताई?''

''तेव्हाचं तेव्हा बघू. आताच काही छाताडावर येऊन बसलेलं नाही. सरकारी काम आणि बारा वर्षं थांब.''

दारू उतरली होती की काळजी जास्तच मनाच्या तळाशी पोहोचली होती ते कळत नव्हतं. सगळे उगी आपापल्या घरी गेले.

कुंभार ही त्यांची जात नव्हती, फक्त एक व्यवसाय होता. त्या व्यवसायावरूनच त्यांची जात ठरली होती. या माजाळी गावच्या कुंभारवाडीवर तीन जातींचे कुंभार होते. आज ते आपली जात-पात विसरून एक झाले होते; सोयरिकी, जेवणखाण करू लागले होते खरे, पण अलीकडेपर्यंत ते आपलं जातीचं तुणतुणं घेऊन बसले होते; कुलाचं, पूर्वजांचं मोठेपण सांगत होते.

इथं सावंत म्हणून आडनावाची एक जात होती. ते स्वतःला क्षत्रीय कुंभार म्हणवून घेत होते. 'आपला मूळ गाव गोव्यातला पाळोले' म्हणून सांगत होते. 'आम्ही मुळात कुळवाडी शेतकरी, पण एका जमीनदारानं आमची सगळी जमीन लाटली. खोरं मारायला शेत राहिलं नाही, मग आम्ही तो गाव सोडला,' असं सांगत होते. आणखी एक सुकेरकर म्हणून घराणं होतं. ते स्वतःला ब्राह्मण म्हणवून घ्यायचे. फार मागं केव्हातरी

त्यांच्या मूळ गावी मोठा दुष्काळ पडला होता. राजानं गरिबांसाठी अन्नछत्र लावलं होतं. तिथं सगळे उण्या जातीचे लोक जेवत होते. एक दिवस यांचा पूर्वज, एक गरीब ब्राह्मण भूक सोसता न आल्यानं आपल्या बायको-मुलांना घेऊन तिथे जाऊन जेवला. तो हीन जातीच्या लोकांनी रांधलेलं जेवण त्यांच्याबरोबर बसून जेवला म्हणून त्याच्या जातीच्या लोकांनी त्याच्यावर तीव्र बहिष्कार टाकला. खाणं-जेवणं, बोलणं-चालणं बंद झालं. तो दिसल्यावर थुंकायचे. पूर्वज वैतागला, तिथून दूर जाऊन कुंभारांच्या एका वस्तीवर जाऊन राहिला.

आणखी तीन घरं होती ती देवळी जातीच्या लोकांची. ते फार पूर्वी एका देवळाच्या आवारात राहत होते. त्यांच्या पूर्वजाची आय देवळाची देवळीण होती. ती दिवसा देवळाची झाडलोट करणं, भांडीकुंडी घासणं, दिवल्या चकाचक करणं ही कामं करायची आणि रातची शेठ-साहुकारांना घरात घ्यायची. हे पूर्वापार चाललेलंच होतं. नंतर त्याची पाठची बहीणसुद्धा 'शेस' भरून देवळीण झाली. या सर्व गोष्टींनी पूर्वज विटून गेला. काही दिवस तो भ्रमिष्टासारखा देवळाच्या परिसरात फिरत राहायचा. रात्री देवळाच्या ओट्यावर झोपायचा. एक दिवस तो निघून जवळच्या कुंभारवाडीवर जाऊन राहायला लागला. त्यांच्या बरोबरीनं कुंभारकाम शिकला. चाकावर लिंग उभं करून त्याचे गळे काढण्यात पारंगत झाला. एक दिवस तो आयकडे आला. आयला म्हणाला, ''आय, आपण आता इथं राहू नये जगाचं धुवायला. लोक हीन मानतात आपल्याला. आम्हां पुरुषांना पुरुषार्थच नाही म्हणतात, हिणवतात. आपण दूर कुठंतरी निघून जाऊ. पोट भरण्यासाठी एक चांगली कला मी शिकलो आहे. मी पोसतो तुम्हांला. बायला पण घेऊन जाऊ.''

त्याच्याबरोबर जायला आय तयार झाली, पण बहीण 'येत नाही' म्हणाली. पूर्वजानं तिला म्हटलं, ''आता बरं वाटतं तुला, पण काही काळानं तू कंटाळून जाशील.'' पण आली नाही ती.

आयबरोबर त्यानं तो गाव सोडला. सोडताना वाटेत ती मायलेक दुपारच्या उन्हाला एका मोठ्या झाडाखाली विसावली होती. काही वेळानं तिथं अजून एक परिवार आला. नवरा-बायको आणि तीन मुलं. त्यात एक लग्नाची मुलगी होती. विसावल्या ठिकाणी डोकं वर करून त्या पुरुषानं विचारलं, ''जात कुठली तुमची?''

''माहीत नाही. तुमची जात कुठली?''

''आम्हांलाही माहीत नाही. आम्ही गावोगावी जाऊन पाण्याच्या डोण्या करून देतो, चांगल्या लाकडाच्या.''

''आम्ही कुंभारकाम करतो. मडकी पेटतो.''

''लग्न झालेलं नाही वाटतं?''

''नाही.''

काही वेळ शांत गेला. मग तो पुरुष अवचित म्हणाला, ''माझी ही पोरगी गुणी आहे. कुठूनही पाणी शोधून आणते. तुम्ही लग्न करून घ्या तिला. अक्का, तुम्ही सांगा त्याला.''

दोघेही मायलेक उगीच राहिले...

दुसऱ्या दिवशी सकाळी फक्त बकुळीची माळ घालून त्या झाडाखालीच त्यांचं लग्न झालं. दोन्ही परिवार दोन दिशांना जायला निघाले. निघताना पुरुषानं विचारलं, ''आता कुठं जाणार तुम्ही?''

''जवळच्याच एखाद्या कुंभार वस्तीवर जाऊन राहू.''

''परत्या वाटेवर तुम्हांला शोधत येऊ आम्ही.'' रडणाऱ्या मुलीला त्यानं सांगितलं, ''तुझ्याबरोबर आता तुझा देव आहे. सगळं भलंच होईल.''

देवळीण आय तिच्या खांद्यावर हात ठेवून तिला उगी उगी करीत होती...

आय मग बरीच वर्षं त्यांच्याबरोबर होती. असं म्हणतात की, गळ्यात तुळशीमाळा घालून, हाती चिपळ्या घेऊन ती भजन, कीर्तन सांगायची. गावचे लोक तिच्यापाशी गोळा व्हायचे.

कुंभारवाडीच्या पश्चिमेला सुरंगीच्या झाडाखाली एक देवघुमटी आहे. तिला गुणाई घुमटी म्हणतात. कुंभारांच्या आणि काही कुळवाड्यांच्या बायकाही श्रावणात तिची पूजा करतात. पूर्वजाच्या देवळीण आयचं नावही गुणाई होतं म्हणतात.

पूर्वी आपल्यात जाती होत्या याचं त्यांना आता काहीच वाटायचं नाही. बाहेरच्या लोकांना तर काहीच कळणार नाही इतके ते एकमेकांत एकरूप होऊन गेले होते आणि सामाईक जीवन जगत होते. कितीही भांडले, तरी जात काढायचे नाहीत. सुरुवातीला त्यांच्यामध्ये काही लग्नसंबंध झाले होते. आता ते सारंच बंद झालं होतं. आपल्या मुलीला, मुलाला बाहेरचीच सोयरीक झालेली त्यांना आवडायची.

आपली सुख-दुःखं ते सामाईकपणेच भोगायचे. गरिबी निभावायला जास्त बळ मिळावं म्हणून जवळ येत असायचे. तरीही बुरसटलेल्या, नैराश्यातल्या समाजमनात असतो तो राग, द्वेष, दुःस्वास इथं होताच. दारू

प्यायचे, भांडायचे, शिव्याशाप द्यायचे आणि मग लवकरच एक व्हायचे. लग्नाला, आजारपणाला, मरणाला घरात गर्दी करून एकत्र व्हायचे, एकत्रच हसायचे, रडायचे. पण शेजारच्या घरात कुणी उपाशी आहे म्हटल्यावर तिकडे ढुंकूनही पाहायचे नाहीत. कारण भूक सगळ्यांचीच सार्वत्रिक गोष्ट होती! ती सोसणं प्रत्येकाचं स्वतःचं कर्तव्य होतं.

घरासमोरच्या आंब्याच्या सावलीत बसून सीताई पणत्या करत होती. आधी मातीचा गोळा मळून घ्यायची. मध्ये बोटानं खोलगट करून मग ती रेखायची. गोल, सुंदर पण वातीच्या तोंडाशी जरा पुढं आलेली. पणती रेखताना ती विचार करत होती, एरवी देवदेवस्कीला त्यांना विधवा बाईची सावली खपत नाही पण विधवा बाईनं केलेली पणती देवापुढं चालते. विधवा सीताईनं केलेली पणती आणि भटाच्या विधवा रत्नीअम्मानं केलेले वातीचे जोड. देवापुढं ओवाळायला छान पंचारती!

या विचारानं ती किंचित हसली. तिच्या गोऱ्या चेहऱ्यावरच्या सुरकुत्यांतून ते वाहिलं. पूर्वजानं शास्त्र नियम म्हणून हा बिनगळ्यांच्या पणत्यांचा आणि मायट्यांचा धंदा विधवा बायांनीच करावा म्हणून राखून ठेवला होता. नाहीतर कोंडा खाणं नशिबी आलं असतं. बायकांना चाकाला हात लावता येत नाही, चाक फिरवून त्यावर गळा काढता येत नाही, मडकी पेटायला पेटणं, चपटा दगड हाती घेता येत नाही. विधवा बाईनं चाक फिरवून गळा रेखणं म्हणजे पोटात गर्भ रचून मुलाला जन्म देण्यासारखं! अनर्थच सगळा! बांधून घातले आहेत हातपाय! तरी आम्ही पाळले पूर्वजांचे नीतिनियम. सुनेलाही त्यांना हवी तशीच विधवा करून ठेवली! फक्त बिनगळ्यांची आयदानं केली!

गावात सीताई खरी धीराची बाई होती. लग्नाच्या, मरणाच्या घरात तिच्याशिवाय पान हलत नसे. सुईण वेळेवर पोहोचली नाही, तर तिनं वाडीवरच्या बायकांची बाळंतपणंही केलेली होती. शास्त्रानं तिचे हात बांधलेले होते म्हणून, नाहीतर मुलगा गेल्यावर तिनं चाक फिरवून त्यावर गळे काढले असते, ते पेटून आव्यात भाजले असते. तिला अजूनही आठवतं, लग्नापूर्वी लहान असताना बापापुढं ती चाक फिरवायची. चाकावरची माती फुर्र करून वर उडवून खेळायची. आता चाकावरच्या मातीला हात लावला, तरी हे लोक थयथयाट करतील, सीताईनं पोटात गर्भ रचला म्हणतील.

तिची सून तारा उंबऱ्याशी बसून हरवलेल्या नजरेनं कुठंतरी पाहत होती. तिची लहान मुलगी तिच्या मांडीवर पडून होती. बाप गेला, तेव्हा ती मुलगी पाच महिन्यांची होती. बापामागे खरं तर ती आईच्या कुशीशिवाय, दुधाच्या पान्ह्याशिवायच मोठी झाली होती. कुणी बळानं तिला आईच्या मांडीवर आणून टाकलं, तर आई तिला दूर लोटून द्यायची.

सकाळ पुरी उजाडली होती, तरी घरातला सगळा काळोख निपटून गेला आहे असं वाटत नव्हतं. तारा तर मनात सावलीच घेऊन बसली होती. राघोबा तिकडे भट्टीवर आवा टाकीत होता. भट्टीवर मडक्यांचे थर रचून, वरून बारीक गवत टाकून मातीनं सारवीत होता. बरीच पोरं तिथं कलकलाट करीत होती. त्यात सीताईचा नातूही होता. ते मुलांचं हसणं-ओरडणंही ताराच्या मनात एवढा उत्साह आणू शकत नव्हतं. मागच्या आठवणींचा, दुःखाचा एक दगडगोटा मनावर घेऊन बसली होती. तीन वर्षं झाली होती सीताईच्या मुलाला - जयवंतला - जाऊन. पण सून तारा अजून त्यातून सावरलेली नव्हती. कामधंदा नीट करत नव्हती. करायला काही घेतलं, तर मध्येच ते सोडून आठवणीत हरवून जायची. तिन्हीसांजेला कधी मुलांना कुशीत ओढून घेऊन रडत राहायची. वाघानं मारण्यापेक्षा त्यानं ओढून नेणंच त्रासाचं झालं होतं.

सीताईला काहीच सुचेनासं झालं होतं. तिनं काळजावर मणाचा दगड ठेवून घेतला होता. एकटाच मुलगा गेल्याचं दुःख पोटात दाबून ठेवून ती सुनेला आणि नातवांना राखण देण्याचा प्रयत्न करत होती. बऱ्यावाईटाला सुनेला मागे ठेवून स्वतः तोंड द्यायची. अश्रू डोळ्यांत आवरून सुनेला म्हणायची, ''जाणारा गेला आपल्या वाटेनं. रडून, दगडावर डोकं आपटून घेतलं म्हणून काय तो परत येणार आहे? पदरात मुलं आहेत. आपलं दैवच खोटं म्हणायचं आणि मन घट्ट करायचं, सोसायचं सगळं.''

सून कधी जखमी जिवासारखी सासूवर ओरडायची, ''कसले भोग? तुम्ही कुंभार माती भाजून त्याचा कोळसा करता आणि पापं कमावता. माझे वडील शेतकरी, कोंब उगवतो मातीत. मातीनंच गिळला ना तुझा मुलगा? आपला मुलगा गोरा बामण. तुमच्यासारखा घुशीगत नाही म्हणून सांगत होतीस मोठी. फार गर्व होता तुला मुलाचा. गर्वाचं हरण केलं देवानं.''

सीताई वेळी उगी राहते. कधी संतापते तिच्यावर, ''जन्माच्या बरोबरच हे विधवापण घेऊन आली होतीस तू. नाहीतर याच घरात कशी पोहोचलीस? तोच कसा मेला? आता हसून भोग नाहीतर रडून भोग.

नवऱ्याला भोगूनच ही मुलं झालीत ना गं बये? आता त्यांना पोसणार कोण? माझ्या म्हातारीवर ढकलू पाहतेस?''

सून कामं करत नव्हती असं नाही. दोघीही सासू-सून मिळून माती आणायला तळ्यात, डोंगरात जायच्या. आणून अंगणात सुकायला टाकत होत्या. सून ती बडवून बारीक करीत होती, चाळणीनं चाळीत होती. भिजायला टाकीत होती. सासूनं केलेले तवे, कायली, पणत्या, मायट्या मोठ्या बुट्टीत घालून विकायला नेत होती. पण मळलेल्या मातीला ती कधी हात लावत नसे. एक पणती रेखत नव्हती. मुळात ती एक थंड प्रकृतीची स्त्री. तिचं चालणं, कामाला हात हलवणं सगळं थंडपणानं. चौदाव्या वर्षी लग्न झालं होतं. सोळाव्या वर्षी पहिलं मूल झालं आणि चोविसाव्या वर्षी नवरा वारला.

सीताईला अजून आठवायचं ते सुनेचं देखणं, कोवळं नवरीचं रूप! त्या दिवशी ती सीताईच्या मुलासोबत तिन्हीसांजेला अंगणात पोहोचली होती. माथं भरून फुलं, कपाळावर कुंकवाचा मोठा टिळा, त्यावर चिकटलेले तांदूळ आणि कमरेवर बोंगा झालेली नऊवारी साडी. नवऱ्या मुलीला कुशीत धरून घरात आणताना तिला ती आपल्या लहान मुलीसारखीच वाटली होती. पोटच्या पोरीसारखीच ममता तिनं सुनेला दिली. तिच्या लाडक्या मुलाची ती नवरी होती...

आधी तीन वेळा सीताईचा गर्भपात होऊन शेवटी वाचलेला हा एकच मुलगा. आपल्याला दिवस गेल्याचं कळताच तिचा जीव घाबरून जायचा, जीव गळ्यात यायचा. त्या वेळी तिची सासू तिला फार जपायची. तिला झोपायला अगदी नवीकोरी लव्याची चटई. त्यावर काहीच अंथरायचं नाही. त्या चटईला नवऱ्याचा हातपाय लागता कामा नये! जेवताना समोरची जागा गाईच्या शुद्ध ताज्या शेणानं सारवायची. त्यावर केळीचं कोवळं पान. त्यावर उकडा भात आणि सोलकढी, पांढऱ्या भाजीचं नाहीतर पांढऱ्या दुधी भोपळ्याचं तोंडी लावायला... हा सोहळा चालू असतानाच एके दिवशी साडीवर लाल डाग दिसायचे, एकच आकांत व्हायचा. पण हा शेवटचा गर्भ मात्र टिकला.

असा तो एकुलता एक मुलगा अवचित भरवयात मरून गेला! त्या दिवशी सीताईचा मुलगा जयवंत आणि सून डोंगरातून माती आणायला म्हणून घमेली आणि कुदळ घेऊन गेले होते. मडक्यांना अर्धी डोंगरातली तांबडी माती आणि अर्धी तळ्यातली चिकणमाती लागे. त्या डोंगरातली

माती लालसर मऊशार होती. चाळली, तर एक खडा निघत नसे. तळ्यातल्या मातीबरोबर मिसळली, तर त्याचं चंदनच होई!

डोंगरात एके ठिकाणी कुंभारांनी माती काढून काढून एक लहानसं भुयार झालं होतं – गुहाच तयार झाली होती. तिथली माती चांगली होती आणि खणायलाही मऊ होती. गावचे लोकसुद्धा अंगण सारवायला, चुली घालायला त्यातलीच माती नेत. भुयार दिवसेंदिवस खोल आत जात चाललं होतं. लोक मुर्दाड कसे, माती आतून खणतच होते.

थंडीचे दिवस होते. सकाळी उठून पाहिल्यास सगळा परिसर, पुढचा डोंगर धुक्यानं वेढून गेला होता. उन्हं पडून धुकं हटल्यावरच ते डोंगरात आले होते. थंडी अजून उणी झाली नव्हती. डोंगरात थोडी ऊब होती.

जयवंत त्या पोकळीत जाऊन कुदळीनं माती खणत होता. कुदळ मारली की डोंगराचा तो भागच हलत होता. भुयाराच्या बाहेर उभी असलेली तारा धाकधुकत होती. काही वेळ त्यानं माती खणली आणि एक घमेली भरली. परत माती खणायला लागल्यावर वरचं ते जाड कवच अवचित कोसळलं. शंभरदोनशे ओझी माती जयवंतवर पडली आणि त्यात तो पुरला गेला.

पाहून तारा मोठ्यानं ओरडायला लागली. छाती बडवून ओरडत होती. चींचीं करत बोलणारी बारीक चणीची ती बाई; पण तिचा आवाज जसा छाती फुटून वर येत होता.

ऐकून दोघे शेतकरी औत थांबवून पळत आले. सारं पाहून ते स्तंभित झाले. मग धावत जाऊन औताजवळची खोरी घेऊन आले. मग आणखी दोघं जण तिथं आले. त्यांनी सर्व शक्ती लावून तासभर ती माती उपसली. पण जयवंत आतच घुसमटून मरून गेला होता! शेवटी काढलं त्याचं कलेवर!

मागं उरली कणा वाकलेली एक म्हातारी आणि पारव्यासारखी चींचीं रडणारी विधवा सून आणि दोन लहान बाळं. सीताई आतून पार मोडून गेली होती. ती रडायची, तगमगायची; पण तिला माहीत होतं, आपला शक्तिपात झाला, तर आपला संसार आव्यात फुटलेल्या मडक्यासारखा उद्ध्वस्त होईल.

...दोन-अडीच तासांत सीताईनं बऱ्याच पणत्या, मायट्या हातानं रेखल्या होत्या. तिनं सुनेला हाक मारून बोलावलं. त्या बुट्टीत भरून नेऊन उन्हात सुकायला टाकायला सांगितलं. सुनेनं विचारलं, ''ही गळे नसलेली भांडीच आपण का करायची मामी?''

“त्यांना भीती वाटते, गळे रेखता रेखता, आपल्या पोटात आपण गर्भ रचून नेऊ म्हणून...”

“छे, छे! वेडेपणाच सगळा.” ती बुट्टी उचलून उन्हं शोधत गेली.

वाडीच्या आतल्या बाजूनं दुलबा आला. ज्या वाटेनं लोक वाडीच्या बाहेर ये-जा करायचे, त्या वाटेच्या तोंडावरच सीताईचं घर होतं. दुलबा नेहमी यायचा आणि त्या वाटेकडे तोंड करून सीताईच्या घरापुढं बसायचा. 'कुणाची वाट पाहतोस रे दुलबा', म्हणून विचारल्यास तो सांगायचा, “मी माझ्या भावंडांत सर्वांत लहान ना? आय मडकी घेऊन विकायला जायची ती कधी तिन्हीसांजेला उशिरा यायची. मी लहान असताना इथंच बसून तिची वाट पाहायचो. जास्त उशीर झाला, तर मला रडू यायचं. आता माय नाही, पण ती आठवण जात नाही...”

दुलबाला आता कसला तरी रोग झाला होता. गेली दोन-तीन वर्षं त्याला नीट झोपच यायची नाही. मुळात तो सावळा. मध्ये अवचित तांबडा झाला. आता पालीच्या पोटासारखा फिकट पांढरा झाला होता. डोकीवरचे केसही गेले होते. आहेत ते ताठ उभे राहायचे. मेंदूत ओल भरल्यासारखा काहीबाही बोलत असायचा. परवा गोपाळनं आवा उतरवला, तर हा एक मडकं घेऊन गेला.

“अरे, मडकं कुठं घेऊन जातोस?” म्हणून विचारल्यावर म्हणायला लागला, “माझ्या सरणावर फोडायला घेऊन जातो.”

“कुणाच्याही आव्यातली मडकी न सांगताच उचलून न्यायचा. कुणी बऱ्यावाईटाला वाडीवर मडकी न्यायला आला, तर हा आपले मडके घेऊन यायचा.” म्हणायचा, “घे हे मडकं, आणि विष खायला काहीतरी दे...”

वीसेक वर्षांमागे त्याचं लग्न झालं, तेव्हा तो सोळा वर्षांचा तर त्याची नवरी बारा वर्षांची होती. असं सांगतात, एका रात्री तो आपल्या कोवळ्या वयाच्या बायकोशी गेला आणि तिच्यावर जबरदस्ती केली. तेव्हा तिच्या मायअंगातून रक्तस्राव सुरू झाला तो थांबलाच नाही. त्यातच ती मेली. सीताई कधी सांगते, ती पोर रात्रभर गोधडीवर तशीच पडून होती. सकाळी सासूनं उठून पाहिलं, तर गोधडीतून वाहणारं रक्त पार बाहेर पोहोचलं होतं, जमिनीवर.

आता तो सीताईच्या अंगणाच्या मेरेवर बसला होता, अवचित तिथून मोठ्यानं बोलू लागला, “माझ्या भावाची बायको मला दिवसाउजेडीचं भूत म्हणते. मला पाहून नाक मुरडते. अन्नाला काळ आणि भुईला भार म्हणते.

सीताई, मला लवकर मरण येऊ दे गं! हवा असलेला मरतो आणि मी नको असलेला असा झुरत मागे उरतो ना गं?''

तेव्हा कुणी एक अनोळखी माणूस जड पावलांनी चालत वाडीच्या बाजूनं येताना दिसला. इतकी वर्षं झालीत, अजूनही कुणी अनोळखी माणूस अवेळी वाडीवर येताना दिसला, तर सीताईचं काळीज धपापतं. तिला माहीत आहे, असा अवेळी पाय ओढत येणारा माणूस मरणाचीच वार्ता घेऊन येतो. तो आला आणि सीताईपुढंच उभा राहिला. तिनं ओळखलं, हा गावकेरीचा शांभा म्हणून. तिनं विचारलं, ''काय झालं रे शांभा?''

''आमचा शेजारी नीळकंठ सावंत गेला, सकाळीच. सांजेला नेणार दहन करायला. त्याच्या मुलीला, जावयाला आणायला एक जण गेला आहे पणजीला, पोहोचणार दुपारपर्यंत.

''चांगला होता माणूस. पाच बहिणींना हा एकच भाऊ. बाप लहानपणीच गेला होता. नीळकंठनं जसा दाढेत खडा धरून एकट्यानंच पाच बहिणींची लग्नं लावून दिली.

''त्या पोहोचल्या आहेत आता. मुंबईची एक पोहोचली नाही. भावाच्या नावानं रडून उच्छाद करताहेत.''

सीताईनं त्याला यशवंतशी पाठवलं. म्हणाली, ''कालच त्यानं आवा उतरवला आहे. मिळतील मडकी.''

शांभा यशवंतजवळ जाऊन दोन मडकी घेऊन आला. एक शेणीच्या शिंक्याला बांधायला, दुसरं भोक पाडून सरणाभोवती पाण्याची रेघ ओढायला.

शांभा जायला निघाला. दुलबा तिथंच बसला होता. शांभा जाताना पाहून म्हणाला, ''काहीही होवो, माणसांची मरणं होत राहतील, तोवर कुंभाराच्या पोटाला घास पडणार. जाळताना दोन आणि अकराव्याला तीन मडकी. सीताई, आता कुंभारानं रोज मागायचं, माणसं मरत राहू देत म्हणून.''

सीताई त्याच्यावर खेकसली, ''दुलबा, तुझंच मरण आधी माग तू. इतरांच्या मरणाला राहू नकोस.'' तरी सीताईला ठाऊक होतं, कुणी बऱ्यावाईट कामाला मडकी न्यायला आला, तर वाडीवरच्या लोकांना देव आल्यासारखं वाटतं. जास्त करून पावसाळ्यात.

''मामा, मडकी हवी?''

शिवराम, आणि पुरशाचा मुलगा सखाराम वाडीच्या मधोमध असलेल्या आंब्याच्या झाडाखाली बसून नाटकाचे संवाद पाठ करत होते. गावच्या

देवाच्या जत्रेला देवळाच्या आवारात नाटक व्हायचं होतं. त्यात सखारामला एक पार्ट मिळाला होता. तो शिवरामच्या पुढे बसून मोठमोठ्यानं संवाद म्हणून दाखवीत होता. शिवराम छान कौतुकानं ऐकत होता. मोठा तरबेज असल्यासारखा त्याला काही सूचना करीत होता. अधूनमधून त्यांच्यात संवादाची जुगलबंदी झडत होती. शिवराम पूर्वी कधी तरुणपणी दशावतारी खेळ, ऐतिहासिक नाटकं यांतून काम करायचा. आता सामाजिक नाटकातून बोलतात ते मुळमुळीत संवाद त्याला आवडायचे नाहीत. आपण पूर्वी पाठ केलेले संवाद तो खणखणीत आवाजात म्हणून दाखवायचा. त्यांचा तो आवाज दुपारच्या शांततेत कुंभारवाडीवर घुमत होता. वाड्याला देवपण आल्यासारखं वाटत होतं.

शिवरामचे संवाद जरी खणखणीत होते, तरी त्याला सखारामचा आवाज आवडायचा. तो जन्मानंच चांगला कलाकार. त्यानं आपला असा सुवर्णमध्य साधला होता. त्यात गोडवा होता आणि लय होती. म्हणूनच गावोगावी तो चांगला नाट्यकलाकार म्हणून गाजत होता. नायक, खलनायक, विनोदी इतकंच काय, स्त्रीपार्टसुद्धा तो करायचा. इतर गावांतूनही लोक पार्ट घेऊन त्याला शोधत यायचे. गोरा, गुलगुलीत चेहऱ्याचा तो दिसायलाही सुंदर होता. त्याच्या अंगात एक नाचरी लचक होती. चौदा वर्षांचा असताना त्यानं पहिल्यांदा तोंडाला रंग लावला. आता बावीस वर्षांचा होईपर्यंत चाळीसपेक्षाही जास्ती हौशी नाटकांत त्यानं कामं केली होती.

कधी चार-सहा दिवस घरातून नाहीसा व्हायचा. आय घोर लावून घेऊन बसायची, बाप शिव्या द्यायचा. 'आता त्याला घरात घेणार नाही, पायच मोडून टाकतो, सगळं फुकाचं नाचणं' म्हणायचा. पण मासळी बाजारात कुणी भेटला, तर आपल्या मुलाचं कौतुक करायचा. लोकही मान हलवायचे. म्हणायचे, ''रत्न जन्माला आलंय हे तुझ्या पोटात. काय छान काम करतो नाटकात!''

पावसाळ्यात तो उगी घरीच राहायचा. आयबापानं सांगितलेलं निमूट ऐकायचा. पण कार्तिक आला, म्हणजे त्याच्या नाकपुड्या फुलायच्या, बाहेरचा वारा नाकात ओढून घेतोय असं वाटायचं. अंगावर तजेला चढायचा. जत्रांतून जायचा, नाटकं बघायचा आणि नाटकं करायचाही. तरी एक हौशी कलाकार. कुठं गेला, तर लोक दोनचार दिवस राहायची आणि जेवणाखाण्याची व्यवस्था करायचे. पण पैसे काही देत नव्हते.

एक दिवस दुपार उतरायला एक मुलगी वाडीवर आली. आधी शेतातून चालत येताना दिसली. हाती चांगली पर्स, उन्हाला छत्री आणि अंगावर

सुळसुळीत रंगीत साडी. ती आली आणि जवळ उभ्या असलेल्या सीताईच्या सुनेला, ताराला तिनं म्हटलं, ''मला सखारामला भेटायचं आहे. निरोप देता का त्याला?''

तारा गडबडलीच. काही न बोलता तिला पाहातच राहिली काही वेळ. अगदी उत्सुकतेनं, कौतुकानं. मग काय झालं, जवळ जाऊन तिनं त्या मुलीच्या पोलक्याला हात लावला. मुलगी दचकून किंचित मागे झाली. तारानं तिला म्हटलं, ''वासाच्या साबणानं नाहतेस तू, अत्तर पण लावून घेतेस असं वाटतं.''

बाजूला आव्याच्या ठिकाणी धर्मूचा मुलगा प्रेमानंद उभा होता. तो आश्चर्यानं पाहत होता. तारानं त्याला म्हटलं, ''सखारामला भेटायला आली आहे ती. असल्यास बोलावून घेऊन ये.''

तो मोठ्या खुशीनं धावून गेला आणि सखारामला बोलावून घेऊन आला. वाडीवर आत शिरतात तिथं एक जुनं पेरूचं झाड होतं. त्या झाडाखालीच उभे राहून ते बोलत होते. मुलगी त्याची एक डहाळी पकडून पानांशी खेळत होती.

वाडीवरचे बरेच जण कुठं कुठं आडोशाला उभे राहून पाहत होते. सखारामचे आयबापही अंगणात उभे होते. त्यांना मुलाचं कौतुक वाटत होतं. आपण हिला कुठंतरी पाहिलं आहे असं बऱ्याच जणांना वाटत होतं. तेव्हा यशवंतचा धाकटा मुलगा हळूच सांगत होता, ''शीला नटी आहे ती. परवा कृष्णापूरला 'यातनाचक्र' नाटकात छान काम केलं होतं तिनं. चांगली गाते.''

मग इतरांनीही म्हटलं, ''होय, तीच ती. रंगवलेल्या चेहऱ्यानं जरा वेगळीच दिसते. स्टेजवर उंच दिसत होती. जरा ठेंगणीच आहे ती!''

तासभर तरी ते बोलत होते. मग सखारामनं वाडीकडे हात हलवून म्हटलं, ''रस्त्यापर्यंत पोहोचवून येतो.'' ते सांगणं कुणा एकाला म्हणून नव्हतं.

ती गेली आणि सगळे वाडीवाडीच्या कडेला येऊन उभे राहिले. उगीच बोलत होते, ''पाहा किती हुशार, धीट मुलगी आहे. एकटीच भेटायला आली.''

''किती जवळ राहून गोडीनं बोलत होते!''

''फारच जवळ आल्येत. उद्या लग्नही करतील कदाचित.''

''हॅट, नाजूक नाजूक नटी ती. लग्न कुठलं करत्येय.''

बाप पुरशा उगीच फुशारकीनं म्हणाला, ''केलंच लग्न तर कोण अडवतोय त्यांना?''

यावर सीताई म्हणाली, ''तुझी माती मळणार ना ती? डोकीवर मडक्यांचं ओझं घेऊन विकत फिरेल ना ती?''

ग्रीष्म लागायला वाडीवरच्या आंब्याच्या झाडाचे आंबे भरभरून पिकायला लागले होते. दिवसभर झाडाखाली मुलांचा कलकलाट व्हायचा. हीच वेळ साधून मुली माहेरला आल्या होत्या. किती मोठेपणा या आंब्यांचा. आजूबाजूचे कुळवाडीही आसुसलेले असायचे. रात्रीचे वगैरे ते यायचे आणि पडलेले आंबे गोळा करून न्यायचे. माहेरी आलेल्या मुली आपल्याला मिळालेले आंबे बाजूला कोपऱ्यात ठेवायच्या आणि जाताना गाठोडं बांधून घेऊन जायच्या.

हा आंब्याचा वृक्ष या भागात आश्चर्यकारच होता. चार वेंगांत मावणार नाही असं मोठं उंच खोड, त्यावर त्याला दोन फांद्या फुटल्या होत्या आणि त्या पसरून त्यानं कुंभारवाडीवरचं आकाश व्यापलं होतं. पूर्ण वाडीवर सावली धरली होती. त्या सावलीच्या थंड हवेतच कुंभारांचे उन्हाळ्याचे सगळे व्यवहार चालायचे. उन्हाळ्यात आंबे पिकायला लागले म्हणजे मुलांची, थोरांची, खारींची, पक्ष्यांची इथं जत्राच चालायची. या झाडावर कुणाला चढणं शक्य नव्हतं. फक्त पिकून झडलेले आंबे तेवढेच यायचे!

हे झाड कुणी कधीकाळी लावलं होतं, की आपसूकच भूमीत उगवून आलं होतं ते कोणालाच माहीत नव्हतं. कुंभार इथे येण्यापूर्वीच उभं होतं की नंतर कुणी लावलं होतं तेही माहीत नाही. त्याचं असं वाढणं, चौफेर पसरणं पाहिलं, तर तो फार जुन्या काळचाच पुराणपुरुष असावा असं वाटत होतं. म्हणूनच तो कुंभारांचा सामाईक वृक्ष होता. त्याच्या फळांवर सगळ्यांचा सामाईक अधिकार होता.

आंबा गोड, मधाळ पण बराच सुंबाळ होता. तासभर सुंब चोखत बसलो, तरी गोडी जात नव्हती. झाडाचं हे वैभव पाहून कधी कुळवाडी शेतकरी तिथं उगीच फिरायचे. म्हणायचे, ''वाडीची ही जागा आमच्या पूर्वजांनी तुम्हांला राहायला दिली होती. झाडंही आमचंच ते.'' ते हे उगाच आपला मोठेपणा मिरवायला सांगायचे, हक्कानं भांडण्यासाठी नव्हे.

एका कार्तिकात एक दिवस दोघे मच्छिमार कोळी गावात आले. आले आणि त्यांनी झाडावर धाब्ब धाब्ब हात मारले. आतून पोकळ नाहीसा वाटतो वृक्ष.

तिथं यशवंत उभा होता. त्यांनी त्याला विचारलं, ''झाड देता का आम्हांला नाव करायला?''

यशवंतनं त्यांना काही वेळ रागानं पाहिलं. मग तो तिकडे मडकं पेटत बसलेल्या शिवराम, गोपाळ, घनश्याम यांना घेऊन आला. सांगितलं, ''आंब्याचं झाड नावेसाठी मागायला आलेत ते.''

हाकलून द्यावं अशा भावात हात हलवून गोपाळनं म्हटलं, ''नाही, देणार नाही आम्ही झाड. कुंभारांच्या सामाईक मालकीचं झाड ते. आमच्या मुलांच्या तोंडचा घास, आमच्या डोकीवरची सावली आम्ही विकणार हे कसं वाटलं तुम्हांला?''

शिवरामनं म्हटलं, ''आमच्या वाडीवर त्यानं सावली धरली आहे. उन्हाळ्यात ते आमचं घर होतं, इथंच आम्ही पडून असतो. आमच्या पूर्वजांपासून उभं आहे ते इथं. आम्ही विकणार नाही ते झाड. तुम्ही लागा चालायला.''

''आम्ही चांगली किंमत देणार. चांगलं आहे झाड नावेला.'' त्यानं आपल्या खिशावर दोनतीनदा हात थोपटले.

घनश्याम एरवी साधा माणूस, गांजलेला असा. स्वतःशीच रडत राहणारा. तो बराच उखडला, ''लाख मोजले, तरी देणार नाही आम्ही आमचं आंब्याचं झाड. आमच्या मूळ पुरुषावर कुऱ्हाड घालू पाहता तुम्ही!''

कोळी उगी जायला लागले. जाताना एकट्यानं म्हटलं, ''आम्ही काय जबरीनं मारणार आहोत झाड? तुमच्या एका माणसानं दाखवलं होतं ते. विकणार म्हणून म्हणत होता.''

त्यांच्या या शेवटच्या वाक्यानं कुंभार गोंधळून गेल्यासारखे झाले. 'कोण, कोण तो' म्हणून विचारल्यावर ते काहीच बोलले नाहीत.

नाव धर्मू! पण तो आजवर अधर्मानेच वागत आला होता. पावभर दारू ढोसली की कुणाच्याही दारी जाऊन बसायचा, जांघ उघडी ठेवून ती खराखरा खाजवत राहायचा. तोंडातली थुंकी काही वेळ तोंडातच घोळवून मग कुठंही पच्कन थुंकायचा. बुरसा राहायचा, अश्लील बोलायचा. बायकांच्या कंबरांकडे बारीक पाहायचा आणि म्हणायचा, ''नवरा वाटतं दूध, तूप खायला घालतो म्हणून तुझ्या कमरेवर या बामणिनीसारख्या घड्या पडल्या आहेत. काही म्हण, तुझा नवरा मडकं, पेटायला हुशार. गाय गवळी एक झाले, तर गाईला कधीही पान्हा फुटतो म्हणे.''

त्याच्या तोंडाला कुणी कधी लागत नसे. भांडायला लागल्यास घाणेरड्या शिव्या द्यायचा. भांडणाचं निमित्त करून तोंडाची खाज काढून घ्यायचा. त्यात आणखी कधी तो दारू पिऊन ओरडतोय की उगीच मस्तवालपणा, तेही कळत नव्हतं. बायको होती. वयात यायला लागलेली

तिघं मुलं होती. पण दर संध्याकाळी याचा दारूचा शिमगा व्हायचा. असं सांगतात, याचा त्रास न सोसल्यानं आयनं काजऱ्याची विषारी फळं खाऊन जीव दिला होता. आश्चर्य म्हणजे त्याची आजी, बापाची आई अजून जिवंत होती. ती नव्वद वर्षांची म्हातारी कुणाच्याही घरी जाऊन दारात बसून काहीतरी खाऊन यायची. कधी काठी टेकवत थरथरत्या पायांनी कुळवाड्यांच्या वाडीवरही जायची.

दारू गाळायचा मोठ्ठा हंडा करण्यात धर्मू निष्णात होता. जास्ती करून दारूच्या हंड्याच तो करायचा. जराशा खोल खड्ड्यात वरून तण घालून त्यात हंडा घोळवीत उभ्यानं पेटायचा. आव्याच्या ठिकाणी एकच हंडा ठेवून भट्टी पेटवून हंडा भाजायचा. लहान मडकी करायला त्याचा हातच चालत नव्हता. त्यानं केलेले दारूचे हंडे पार गोव्यात आगोद, पाळोळे, सादोळशे, भाटवळ गावांपर्यंत पोहोचायचे.

ओढ्याच्या पलीकडच्या रस्त्यावर मोटरसायकलचा आवाज आला की धर्मू धावत येऊन वाडीच्या वेशीशी उभा राहायचा. माणसं पाहून ओळखायचा ती कोणत्या गावातून आलीत ते. त्यांना बरोब्बर गाठायचा आणि पंधरा दिवसांत हंडा करून द्यायची हमी द्यायचा. पंधरा दिवसांनी ते हंडा न्यायला आल्यावर हंडा आपल्या डोक्यावर घेऊन रस्त्यावर पिकअपमध्ये नेऊन ठेवायचा.

धर्मू दारू पिऊन रात्ररात्र हंडा पेटत राहायचा. या वाडीवर फक्त आपल्यालाच असे मोठे हंडे करायला येतात म्हणून फुशारकी मारायचा. गावात गेला तर लोकांना म्हणायचा, ''पुळचट हे कुंभार सगळे. यांना माती मळायलाही येत नाही आणि पेटायलाही येत नाही. त्यांनी फक्त फेंदारलेल्या तोंडाची लहानगी मडकी करायची. मोठ्ठा हंडा पेटायला घेतला, तर यांच्या कमरेचा काटा तुटून जाईल. मर्द पुरुषाचं काम ते.''

एक दिवस अशीच एक मोटरसायकल ओढ्याच्या पलीकडे रस्त्यावर येऊन राहिली होती. आधी घरघर आवाज आला, मग ती थांबवलेली दिसली. धर्मू खुशीनं वेशीपाशी येऊन उभा राहिला. आता आणखी एक नवा हंडा! एक हंडा म्हणजे महिन्याभराची मिठापाण्याची, दारूची, विडीकाडीची उत्तम सोय! हे लोक मला गणपतीची मूर्ती करायला कळत नाही म्हणून हसतात, पण मी घडवलेल्या हंड्यांतून गोव्याच्या लोकांनी हजारो पिंपं दारू गाळली असेल!

ते दोघं मोटरसायकलवाले ओढा ओलांडून येऊन धर्मूच्या पुढेच उभे राहिले. त्यांनी काही सांगण्याआधीच धर्मूनं म्हटलं, ''दारूला हंडा ना?

करतो मी. वाडीवर तसला मोठा हंडा करायला मलाच तेवढं जमतं. तुमच्या तिथं सगळीकडे माझेच हंडे.''

''शिवराम म्हणून कोण आहे? तो हवा होता. आम्ही पाळोळेहून आलोत. त्याच्या मावसबहिणीच्या मुलानं आम्हांला पाठवलंय. आमच्या शेजारलाच तो. माझा मामा चांगला हंडा करून देईल म्हणाला.'' बोलणारा तो पीटर होता.

''छे छे, त्याला जमणार नाही ते. तो करत नाही तसला हंडा.''

''त्याच्या बहिणीच्या मुलानं पाठवलं आहे ना? तू त्याचं घरच दाखव आम्हांला.''

धर्मूनं शिवरामच्या घराच्या बाजूनं बोट खुपसल्यासारखं करून म्हटलं, ''समोर ते खोपटं दिसतं तेच त्याचं घर. अंगणात दांडीवर काही फटकुरं सुकत घातली आहेत बघ, पैशाला रडवणारा माणूस तो.''

ते शिवरामच्या घराच्या बाजूनं जायला निघाले. मागून धर्मूनं म्हटलं, ''त्यानं केलेला हंडा महिन्यात फुटून जातो बघा. हे सर काढणारे माडावर चढताना कमरेवर वीतभर फाटकी चड्डी घालतात आणि बाहेर जाताना पॅण्टबूट घालून ऐटीत असतात.''

शिवराम मडकं पेटत ओसरीवरच बसला होता. त्यांनी म्हटलं, ''आम्ही पाळोळेहून आलो आहोत. तुझा भाचा सहदेवनं पाठवलं आहे. आम्हांला दारू गाळण्याचा एक मातीचा हंडा हवा आहे.''

सहदेवचं नाव उच्चारल्यावर शिवरामला आनंद वाटला. म्हणाला, ''वर्षं झाली, पोचत नाहीत रे एक दुसऱ्याकडं. मागं एकदा गावच्या बंडी जत्रेला आला होता. ट्रक घेतला आहे म्हणून एकलं होतं. बापानं आधीच हा धंदा सोडला होता. बरं केलं त्यानं.''

बायको तिथंच होती, तिनं त्यांना बसण्यास लगबगीनं चटई अंथरली.

त्यांनी म्हटलं, ''करून देच तू आम्हांला एक चांगला हंडा. आता लोक दारूला तांब्याचे हंडे वापरतात. खरं नाही ते. प्रकृतीलाही वाईट आणि रुचीलाही बरा नसतो तो. गोव्यातल्या ख्रिश्चन बामणांना मातीच्या भांड्यातल्या दारूचीच आवड. आमच्या आजोबानं, बापानं मातीच्या हंड्यातच दारू गाळली. आम्ही तेच पुढं चालवणार.''

त्यांनी 'हंडा करून दे' म्हटल्यावर शिवरामच्या मनाला, दंडांना स्फुरण चढल्यासारखं झालं. शिवराम कुंभार सगळ्या कुंभारवाड्यात तरबेज होता. चाकाच्या भोवऱ्यावर माती ठेवून चाक फिरवून काय सुंदर गळे काढायचा. संगीताच्या तालावर जसे त्याचे हात भोवऱ्यावर फिरायचे, त्यातून एक सुंदर

कलाकृती उभी राहायची. न्हाणीत पाणी तापवायला, भात उकडायला त्यानं कितीदा तरी लहानमोठे हंडे पेटले होते. बाप करायचा कधी दारू गाळण्याचे हंडे, (तेव्हा मीही त्याच्याबरोबर ते काम केलं आहे. आता पुन्हा करीन मी ते काम. शेवटी तेही मडकंच ना!)

मग ते काही वेळ बोलत राहिले. शिवराम त्यांना सांगत होता, ''प्लास्टिकची, स्टीलची भांडी म्हणजे कुंभारांच्या पोटावर पाय देणारे शोध रे बाबा हे! कुण्या नतद्रष्ट माणसांनी हे शोधून काढलेत कोण जाणे! पुरता बसणार हा धंदा आता.''

आणखी पंधरा दिवसांनी पिकअप घेऊन हंडा न्यायला येतो म्हणून सांगून ते निघाले. कोणत्या तारखेला येतो तेही नीट सांगितलं.

शिवराम मनात म्हणत होता, ''यांना सोनं पेटूनदेखील देईन मी हंडा, सहदेवकडून आलेत ते!''

ते जाताच धर्मू अंगणात आला. म्हणाला, ''शिवरामा, ते आलेले ते, त्यांना पक्कं ओळखतो मी. चांगली नाहीत माणसं ती. नेहमी भांडायला पुढं. पैसे द्यायला रडवणार तुला. त्यांच्या फंदात पडू नकोस.''

शिवराम एका तालात मडकी पेटत होता. त्यानं पेटणं थांबवलं. थंडपणानं म्हटलं, ''माझ्या भाच्यानं पाठवलं आहे त्यांना. तू मध्ये पडू नकोस.''

तो उगी गेला. मानेकडून वाकलेला, डोकं किंचित पुढं आलेला धर्मू घुबड चालल्यासारखा अंगणातून चालत गेला.

दुसऱ्या दिवशी सकाळीच बायको अबोलीला घेऊन शिवराम आधी डोंगरात गेला. चार जड बुट्ट्या गुंजेसारखी लाल माती घेऊन आला. संध्याकाळी तळ्यावर जाऊन तेवढीच चिकणमाती घेऊन आला. माती सुकीच होती, तरी त्यानं ती अजून एक दिवस उन्हात वाळवली. मग ती बडवून बडवून एकजीव करून घेतली. मग ती चाळणीनं चांगली चाळून घेतली. ती आता वस्त्रगाळ चंदनमातीच झाली होती. ती तशीच एका मोठ्या मडक्यात भिजत टाकली.

रात्रभर त्याच्या नजरेसमोर पुरुषभर उंच तांबडा हंडा दिसत होता. आव्यात तणावर टेकवल्या ठिकाणी एक मोठ्ठा काळा डाग.

हंड्याच्या उंचीचा नीट अंदाज घ्यावा म्हणून सकाळीच तो पांडुरंगकाकाकडे गेला. धर्मूला काही विचारून उपयोग नव्हता. तो वाकडंच काहीतरी सांगणार.

पांडुकाका बराच वयस्क होता आणि त्याला ऐकायलाही नीट येत नव्हतं. त्याचे मुलगे विश्राम आणि गोपाळ एकाच घरात वेगळे राहायचे.

मध्ये लहानशी ओसरी होती. त्यातच पांडुरंगकाका दिवसरात्र पडून असायचा. मुलगे जरा तिरकस होते, पण दोघीही सुना प्रेमळच होत्या. जी कोण आधी जेवायला बोलवेल. तिच्याकडे जाऊन तो जेवायचा. कधी कधी भात एकलीचा तर माशाचं कालवण दुसरीचं असं व्हायचं. पावसाळ्यात जेव्हा कडकी असायची, तेव्हा तोही इतरांबरोबर भूक सोसायचा. सुनांना म्हणायचा, ''काही झालं, तरी मुलांची आबाळ करू नका गं.''

कानाकडे तोंड नेऊन दारूच्या हंड्याची उंची विचारल्यावर तो शिवरामलाच ऐकू येत नाही असं धरून मोठ्या चिरक्या आवाजात म्हणाला, ''गावात बराच उंच तू शिवराम, तुझ्या छातीला लागेल एवढा उंच कर हंडा. माती चांगली पायानं मळून घे, धावायला पाहिजे पेटताना, भाजताना आव्यात आडवा ठेव हंडा, उभा नको.''

शिवरामनं अर्धी माती पायानं, हातानं चांगली मळून घेतली. मळता मळता ती लोणीच झाली आणि त्यानं चाकावर एक सुरेख गळा काढून घेतला. गळा इतर लहान हंड्यांएवढाच. मग आंब्याच्या सावलीत एक उथळसा खड्डा खणून घेतला. त्यात तण भरून घेतलं. आधी बराच वेळ बसूनच त्यानं हंडा पेटला, मग उभा राहून पेटायला लागला. खड्ड्यातल्या तणावर हंडा आडवा उभा घोळवून घोळवून घेत तो हंडा पेटत होता. एका हातात पेटणं, दुसऱ्या हातात आतून धरायचा गुळगुळीत दगड धरून तो वाकून वाकून पेटत होता. पुन्हा पुन्हा माती लावत होता, मातीवर किंचित पाण्याचा शिडकावा करून घेत होता आणि पेटत होता. वाकून कंबर दुखायला लागली की काही वेळ ताठ उभा राहत होता. आधीच बसून बसून कुंभारांचा कमरेचा काटा मऊ पडलेला असतो, त्यात वाकून काम करणं फारच त्रासाचं होतं! तरी आधी पेटलेली माती सुकू न देताच पुन्हा पेटायला हवं होतं.

दुपारपर्यंत हंडा कमरेच्या वर आला. मध्ये मध्ये बायको पेजेचं पाणी प्यायला आणून देत होती.

संध्याकाळी सूर्य अस्ताला जाऊन काळोख पडायला हंडा छातीपर्यंत आला, तळाची जोडणी झाली आणि तो पूर्ण झाला.

शिवरामनं परिपूर्ण हंडा रचला! उंच कच्चा हंडा! चहूबाजूनं बरोब्बर गोलाकार सुटलेला. रथावरची घुमटी की देवळावरचा कळस! शिवरामनं आपला जीव ओतला होता! दिवसभर अखंड हंडा पेटत होता!

त्यानं तो कच्चा हंडा दोन दिवस उन्हात सुकवला. तिसऱ्या दिवशी संध्याकाळी तो भाजायला आव्याच्या भट्टीत घातला. आधी हंड्याच्या

वरून-खालून तण पसरवून घेऊन तो पातळ मातीनं सारवून घेतला. आव्याच्या तोंडाच्या बाजूनं त्याला डाव्या-उजव्या दोन कानोळ्या सोडल्या. वरून काही चिंवळ्या सोडल्या. आव्याच्या तोंडातून काही निखारे आत नेऊन हळूहळू आवा गरम करून घेतला. मग भट्टीला आग दिली. तळाशी ठेवलेली बारीक लाकडं, पालापाचोळा जळू लागला.

बराच वेळ शिवराम आव्याशी उभा होता. पुढच्या दोन्ही कानोळ्यांतून आग पेटताना दिसत होती. वरच्या चिवळ्यांतून धूर उठत होता.

अवचित काय झालं, आतून तडातडा तडे गेल्याचा आवाज येऊ लागला. हंडा आतून भाजला जात होता, तसे तडे पडत होते. शिवरामला आश्चर्यच वाटलं, काय होतंय देवा हे! कुठं काय चुकलं? तो भिऊन गेला. त्यानं हाका मारून कुणाकुणाला बोलवलं. शंकर, गोपाळ, विश्राम तिथं येऊन उभे राहिले.

गोपाळनं विचारलं, ''शिवराम, माती सारखी सारखी मिसळून बडवून बारीक चाळली होती ना? नीट भिजवून मळली होती ना?''

''मला काय नवं रे ते? पेटताना माती पेटण्यावर धावत होती.''

विश्रामनं म्हटलं, ''आवा टाकणं म्हणजे यज्ञकर्म केल्यासारखं! कुठं एवढा विटाळ झाला, तर आव्यातल्या मडक्यांचा फुटून चुरा होतो.''

''छे, छे! माझ्या आव्यात कधी एक मडकं फुटलं नाही.''

शेवटी आव्यातलं सगळं गवत, पाचोळा, बारीक लाकडं जळून त्याची राख झाली. वरून पातळ सारवलेली मातीही खाली आली आणि हंडा उघडा पडला.

हंड्यावर शिंपल्याएवढे बरेच तडे गेले होते. गळाही तडकल्यामुळे तो फार विद्रूप दिसत होता. ते बघून शिवराम रडायलाच लागला. म्हणाला, ''त्यांना पंधरा दिवसांत हंडा देतो म्हटलं होतं मी. गेले आठ दिवस तेच घेऊन बसलो होतो. आता शब्दाला खोटा ठरणार मी! ते पिकअप रिती घेऊन जातील.''

हळूहळू लोकं पांगली. जाताना शंकर म्हणाला, ''कलियुग आहे हे, तुकाराम महाराजानं म्हणूनच ठेवलं आहे, कलियुगात मातीतल्या गांडुळांना बैलागत शिंग फुटतील. नाहीतर आव्याच्या आत हातोडा घेऊन कोण बसला असता?''

मघापासून सीताई तिथेच उभी होती. ती म्हणाली, ''माणसं चुका करतात आणि मग त्या देवावर, नशिबावर घालतात. रडतोस कशाला शिवराम? ताकदीचा पुरुष ना तू? पुन्हा माती भिजव, पुन्हा हंडा पेटून दे.''

धर्मू रात्रीचा पिऊन येऊन आव्याच्या ठिकाणी उभा राहून बरळत होता, ''दुसऱ्याच्या पोटावर पाय देतात, देवानंच दिली शिक्षा! याच्या दंडांतच बळ नाही. मर्द पुरुषाचं काम ते. उगीच आव्यावर हंडा चढवला, अपशकून केला. आता या आव्यावर आम्ही मडकी भाजायचं म्हणून राहिलं आहे?''

कुणी त्याच्याकडे लक्ष दिलं नाही.

आता मोजून सात दिवस राहिले होते. शिवरामनं नवा हंडा करायला घेतला. नव्यानं माती आणून कुटून, चाळून संध्याकाळी पागोळीशी ठेवलेल्या मडक्यात भिजायला टाकली.

शिवरामला घाई लागली होती. सकाळी उठून तो माती भिजत घातलेल्या मडक्यापाशी गेला, तेव्हा त्याला तिथं मीठ पडलेलं दिसलं. मिठाचा एक पिवळट खडा मडक्यापाशीच पडला होता.

त्याला कळून चुकलं, हे धर्मूचंच काम म्हणून. त्यानं कुणाकुणाला बोलवून ते दाखवलं. सीताईलाही हाका मारून बोलवलं, ''हे पाहा मीठ. मातीत पण मीठ आहे. धर्मूचंच काम ते. कालच्या हंड्याच्या मातीत पण त्यानं मीठ मिसळलं होतं. म्हणून तडे गेले.'' मग तो रागानं शिव्या देत धर्मूच्या घराच्या बाजूनं गेला. त्याच्या मागून यशवंत, पुरशा हेही होते.

तो घरात नव्हता. बायको भ्यालेली दारात उभी होती. नवरा कुठंय म्हणून विचारल्यावर तिनं सांगितलं, ''सकाळीच गेलाय कुठंतरी. केव्हा परतणार ते माहीत नाही.''

तेव्हा एका दहाबारा वर्षांच्या मुलानं येऊन त्यांना सांगितलं, ''तो तिकडे शेतातून ओढ्याच्या बाजूनं जात आहे. तिकडे मोठ्यानं आवाज झालेला ऐकून तो निघाला आहे.''

सगळ्यांनी घाईघाईनं घराच्या बाजूला येऊन पाहिलं, तो पाय मोडलेल्या कोल्ह्यासारखा धावतसा चालत होता. नुकतंच उतरून आलेल्या उन्हावर काळा धब्बा चिकटल्यासारखा दिसत होता. शिवराम त्याला शिव्या देतच होता.

सीताईनं म्हटलं, ''दुष्टच माणूस तो. म्हाताऱ्या आईबापाला घासभर अन्न घातलं नाही. भुकेनंच मेले ते. ही त्याची बायको मेणाची बाहुली, तोंडावर एक पडलं तर खाली पडून हेवाळ्यासारखी वळवळते. हिनं पेटणं घातलं पाहिजे त्याच्या कमरेवर.''

धर्मूचा मोठा मुलगा प्रेमानंद सोळा वर्षांचा होता. तो तिथंच रामफळाच्या झाडाला टेकून उभा होता. त्याचे डोळे भिजले होते आणि

चेहरा लालसर झाला होता. तो घुसमटल्यासारखा श्वास घेत होता. त्याला राग आलाय का तो लाजेनं मेला आहे ते कळत नव्हतं.

रात्री बऱ्याच उशिरा धर्मू वाडीवर आला. दारूच्या नशेत तर्र होता. एक पाऊल नीट पडत नव्हतं. लुबड्या शब्दांनी तो बरळत होता, ''हंडाच गेला ना तडकून? बायको नाही ना गेली पळून... शंभर लाखांची लॉटरी लागणार मला... कुळवाड्यांची ही सगळी शेतं विकत घेणार मी, तळ्यावर बांध घालून शिंपणार. मग तुम्हां कुंभारांना हा अंगठा... माती नाही आणि मडकंही नाही... माझ्या पायावर लोटांगण...''

त्याचा आवाज ऐकून शिवराम बाहेर येऊ पाहत होता. पण बायकोनं त्याला बाहेर जाऊ दिलं नाही. म्हणाली, ''दारुड्याच्या पुढं जाणं म्हणजे नुसती आफत. आपणहून मेला, तरी तू बोट खुपसलं होतं म्हणणार.''

आता शिवरामच्या हातात फक्त पाच दिवस राहिले होते. पाळोळेच्या इसमांना दिलेला शब्द चुकणार म्हणून त्याचा जीव वरखाली होत होता. त्यानं आता गोपाळ आणि यशवंतला मदतीला बोलवलं. म्हणाला, ''पैशाचा प्रश्न नाही, या कुंभारवाडीच्या अब्रूचा प्रश्न आहे.''

माती तिसऱ्यांदा भिजत घालून मळून तिघांनी आळीपाळीनं हंडा पेटला. तो वाळवून आव्यात भाजायला टाकला.

ते रस्त्यावर पिकअप ठेवून शेतातून चालत येत होते, तेव्हा आव्याची आग विझून नुकताच हंडा बाजूला काढला होता. लालेलाल, डौलदार, उंच हंडा. अजून तो गरमच होता.

हंड्यावर सण्सण् बोटं मारून यशवंत पाळोळेकरांना सांगत होता, ''मातीचं भांडं म्हणू नका, तांब्याचं ताम्हण आहे ते. वीस वर्षं काही होणार नाही.''

सकाळी उन्हं चढायला राघोबाची बायको अपरूपी ही तांबडं लुगडं नेसून कुठंतरी जायला निघाली होती. लुगड्याच्या पायघोळ निऱ्या पावलापर्यंत आल्या होत्या. अंगात तांबडं पोलकं आणि केसांत तांबड्या जास्वंदीचं फूल खोवलं होतं. कपाळावर रुपयाएवढं कुंकू लालभडक.

ती गोरी नव्हती, तर तांबूस सावळी होती... सीताई अंगणात बसून माती चाळत होती, तिनं विचारलं, ''अपरूपी, कुठं गं? छान सजली आहेस तू. देवीजशी दिसतेस.''

''जाऊन देवी आयची ओटी भरून येते. पाच बुधवारी ओटी भरेन म्हणून नवस बोलल्येय. तांबडं नेसूनच ओटी भरायला हवी.''

‘‘जा जा, देवीबरोबर चांगली शोभून दिसशील तू. ऐकेल ती तुझं.’’

पुढची उन्हं तुडवत ती जाऊ लागली. सीताईला कळलं, हे नवं खूळ कुणीतरी तिच्या डोकीत घातलंय. तिला तिची दया आली. गेली सहा वर्षं मूल व्हावं म्हणून आसुसली होती. उपासतापास करत होती. पूर्वी ती अंगानं चांगली भरलेली होती, पण आता भागून बारीक झाली होती. त्या तांबड्या लुगड्यानं तिला मुठीत घेतलं आहे असं वाटत होतं. पूर्वी डोकीवर मडक्यांचं ओझं घेऊन उडत जात्येय असं वाटायचं. आता पावलांत तो जोर नाही.

तिच्या पाठोपाठ तिचा नवरा राघोबा डोकीवर कच्च्या मडक्यांची बुट्टी घेऊन आला व त्या उन्हात सुकत घालायला लागला. पाहून सीताई मनात म्हणत होती, ‘‘या राघोबानं चाकावर किती गळे रेखले, ते पेटून किती मडकी रचली, पण गेल्या सहा वर्षांत बिचाऱ्याला बायकोच्या पोटात गर्भ रचता आला नाही! वाडीवरच्या या आंब्याच्या झाडाला दरवर्षी भरभरून आंबे लगडतात. अपरूपी रात्रीच्या काळोखात हळूच त्या झाडाशी येते. खांद्यावरचा पदर मागं टाकते, पोलक्याची बटणं काढते आणि आपली छाती, पाठ झाडाच्या बुंध्याला घासून घेते. तिची छाती, पाठ रक्ताळून सुजते.’’

सकाळी गेलेली अपरूपी दुपारी उशिरापर्यंत परतली नव्हती. राघोबा वाटेवर येऊन उभा होता. तो मोठ्यानं म्हणाला, ‘‘सीताई, अजून आली नाही बघ ती. ओटी भरून देवीशी भांडत बसली आहे का गं ती?’’

सीताई पागोळीतून मान बाहेर घेत म्हणाली, ‘‘देवीकडून मूल घेऊनच येणार बघ ती. तुला आणि तकलास नको.’’

‘‘सीताई, वेड लागलं आहे तिला. पोरं आणि बाळं! कशाला? उद्या माती बदडायला? माती मळायला? ती बघ कुंभारांची पोरं मातीत कशी लोळतात. पोटं बघितलीस त्यांची? हगायला बसली की पायलीभर जंत पडतात.’’

सीताईच्या अंगणाबाहेर काही मुलं खेळत होती. त्यांच्या आया मडक्यांची ओझी घेऊन विक्रीला निघायच्या, तेव्हा मुलं वेशीपर्यंत येऊन गळा काढून रडायची. मग तिथंच धुळीत खेळत राहायची. उशिरा मग त्यांचा बाप किंवा आणि कुणी येऊन त्यांना हाकलून जेवायला न्यायचं.

उन्हं उतरायला अपरूपी आली. उन्हात चालून तहान-भुकेनं ती पार थकली होती. कुळवाड्यांनी कसून टाकलेल्या शेतातून चालून येताना तिचं लुगडं धुळीनं भरलं होतं. केस विसकटले होते. कपाळावरचं मोठ्ठं कुंकू घामाबरोबर खाली वाहून आलं होतं. सकाळी जातानाचा उत्साह आता

नव्हता. नवऱ्यानं विचारलं, ''इतका वेळ कुठं होतीस गं तू? मरणार तू अशानं!''

''बसले होते देवीआयच्या पायांशी. म्हटलं, आता फळ नाही दिलंस, तर तुझ्या नावानं अंगावर आग घालून घेईन.''

''वेडेपणा हा. बीज धड असेल, तर पहिल्या पावसातच उगवतं. मुळावरच शिळा असेल, तर देव काय करणार! देवाला नको असलेली माणसं आम्ही. सीताई, ऐकत नाही गं ती. तूच काही सांग तिला.''

सीताईनं म्हटलं, ''मंत्रतंत्रानं मुलं होत असती, तर भटाच्या बायकोला भट कशाला हवा?''

अपरूपीनं ऐकलं की नाही कळलं नाही. ती जाऊन आंब्याच्या झाडाच्या सावलीत बसली, जीव हरपल्यासारखी.

सीताईनं तिकडे पाहिलं, इतकं मोठं झाड गच्च सावली धरून वाडीवर पसरलं होतं. दरवर्षी ते आंब्यानं भरून जायचं, पण या थंड सावलीत राघोबानं आणि त्याच्या बायकोनं वांझपणा घेऊन तळमळत राहणं तिला कससंच वाटलं. तिनं मनातच मागितलं, 'देवा, यांच्या देठालाही एक फळ धरू दे!'

तेव्हा सीताईनं पाहिलं, शेतकरी शांबा हातात गोवरी घेऊन वाडीच्या बाजूनं येत आहे. तिला कळलं, याला शेतात न्यायला आग हवी आहे. शेतात काम करताना पुन्हा पुन्हा मोठाल्या विड्या ओढत असायचे.

घनश्यामनं सकाळी आवा उतरवला होता. तोंडाशी अजून बारीक निखारे होते. त्यांच्यावर फुंका मारून त्यानं गोवरी पेटवली. ती धूर निघती गोवरी पुढं धरून सीताईला सांगायला लागला. ते सांगणं जसं वाडीलाच होतं. ''काल कारवारला भर सभेत आमदारानं सांगितलं म्हणे, आता तळ्यावर लवकरच बांध येणार, धरण म्हणतात त्याला. मग पाणीच पाणी. जमिनीच्या तळातूनही पाणी वाहत राहणार. आता ही सगळी शेतं वर्षभर हिरवीगार राहतील.''

''पण आमची माती बुडेल नाही?'' राघोबा म्हणाला.

''काही भिऊ नका. ही शेतं आहेतच. तीच तारतील सगळ्यांना.''

''शेतं आमची कुठं? ती तुमची. जमीनदारांचीही शेतं आता कूळकायद्यानं तुमची झालीत.''

''आमची नाहीत. कष्ट करतात, राबतात त्यांची. तीन पिकं. वर्षभर काम.'' शांबा निघून गेला.

आता काही कुंभार आपसूकच येऊन एकमेकांजवळ उभे राहिले. ''शेतं कष्ट करणाऱ्यांची म्हणे. हे कंजूस कुळवाडी शेताच्या सीमेच्या एकेक इंच जागेसाठी हाणामारीची भांडणं करून घेतात आपसात. ते आणि आमच्यासाठी काय सोडणार?''

''खळ्यावर शेवटी राहिलेलं जाळून टाकावं असं कुजकं तण आव्यासाठी मागायला गेलो, तर बदल्यात मडकं दे म्हणतात. ही वाडीची जागा आमच्या पूर्वजांनी तुम्हांला राहायला दिली होती म्हणून उगीच परत परत सांगत असतात.''

''तळं बुडलं, तर कुंभार आयतेच त्यांच्या शेताच्या कामाला मिळतील म्हणून खूश आहेत ते. आमच्या बायका निंदणी, कापणी, मळणी करायला गेल्या, तर कमरेचा काटा तुटेतोवर कामं करून घेतात.''

शिवराम म्हणाला, ''त्यांचं काय आहे त्यात? बंधारा सरकार बांधतोय ना, त्या तळ्याला बंधारा बांधू नका म्हणून आम्ही आमदाराला सांगायला हवं.''

''तो फक्त आमच्या मतांचा धनी. मतं मागायला येताना काय काय नाटकं करतात! मतांपुरतं आमच्याशी कोकणीत बोलतात. कारवारला गेले की कन्नड. कोकणी कळत नसल्यासारखं. यांचं कन्नड कळतं कुणाला? दोन तोंडांचा माणूस तो, एकही तोंड खरं नाही.''

''आपण कुणातरी चांगल्या माणसाला घेऊन जायला हवं त्याच्याशी.''

''चांगला कोण? सगळे बंधाऱ्याच्या बाजूनंच बोलणारे. आपणा गरीब कुंभाराबरोबर कोण येणार आपली बाजू घेऊन? पैसेवाल्यांचं राज्य आहे हे.''

तिन्हीसांजेला काळोखाबरोबर खोल नैराश्य वाडीभर पसरलं. तेच मनात घेऊन कुंभार आपापल्या घरी जायला लागले.

सीताईला माहीत होतं, कुंभारांचे हे पुरुष बायकांपेक्षाही मऊ मनाचे आहेत. जरा कुठं खुट्ट झालं, तरी भांबावतात, स्वतःला आत ओढून घेऊन उगी उगी बसतात. ती अंगणात आली, तिनं मोठ्यानंच म्हटलं, ''वाघ अजून रानातच आहे, आताच तुमच्या डोळ्यांपुढं त्याचे पंजे नाचायला लागलेत. सोडा, येईल तेव्हा मान द्यायची नाहीतर मान कापायची. वनातल्या वाघापेक्षा मनातला वाघ आधी खातो.''

दोराच्या मोठ्या शिंकाळ्यात रामचंद्रानं बरीच मडकी भरली होती. ते शिंकाळं त्यानं बायको आनंदीच्या डोकीवर दिलं. चुंबळ जरा मागेपुढे

सरकवून तिनं ते डोकीवर स्थिर करून घेतलं. गोरी ठेंगणीशी आनंदी आणि डोकीवर डोंगर कसं ते शिंकाळं! तरी ती तोल राखत ताकदीनं पावलं टाकीत होती. तेव्हा मागून शंकरची बायको देवकी आली. दोघीही मिळून गावात विक्रीला चालल्या होत्या. सूर्य आत्ताच समोरच्या डोंगरमाथ्यावर येऊन टेपला होता.

वाटेत देवकी म्हणत होती, ''सगळीकडे दुकानातून स्टीलच्या आणि प्लास्टिकच्या भांड्यांचा खच पडला आहे, विचारत नाही कुणी मडक्यांना. देवीआय, खपू दे आमची मडकी. मुलांच्या तोंडी चांगला घास घालता येईल. नवरा बापडा दिवसभर मांडी मोडून बसून मडकी पेटतो, त्याला यश दे.''

''देवीनंच राखलं पाहिजे. आम्ही अशा एकटीदुकटीनं जातो, तिचीच राखण पहिजे. पूर्वीचे दिवस राहिले नाहीत आता.''

शेतातून चालून जाताना त्यांच्या डोकीवरची ओझीच दिसत होती. उन्हाळा नुकताच जाणवू लागला होता. उन्हं चढायच्या आधीच कुठल्या तरी गावच्या सावलीत पोहोचायला हवं होतं. दुपारला एवढा भात, कालवण कुठंतरी कुणाच्या घरी मिळालं असतं. कुंभार ही निरुपद्रवी जात म्हणून लोकांत आपलेपणा होता. कुंभारणींना तर गावोगावचे लोक ओळखत होते. गेल्या वेळी हळगे गावच्या एका बाईनं आनंदीला म्हटलं होतं, ''आनंदी, किती काळ झाला, या बाजूनं आलीच नाहीस तू. गरोदर होतीस की काय गं तू?''

आनंदी किंचित लाजली. म्हणाली, ''छे, छे! आहे त्यांचीच पंगत पडते. आणखी कशाला?... गावातून ओझं घेऊन फिरलो म्हणून पूर्वीसारखी विक्री नाही गे आता. आता लोकांना सगळं चकचकीत हवं. मडकी घासणं कमीपणाचं वाटतं.''

दुपारला भूक लागल्यास कुंभारीण एखादं लहानगं मडकं काढून भल्या माणसाच्या दारात ठेवते. बोलणं काढून काही वेळ बोलत बसते. मग जेवून येते.

गावच्या कुळवाड्यांची एक मुलगी गोपतिठ्ठा गावी लग्न करून दिली होती. कुणी कुंभारीण त्यांच्या वाडीच्या बाजूनं मडकी घेऊन जाताना दिसली की तिची आई अंबिका धावत येई आणि विचारी, ''अगं, तू आज गोपतिठ्ठ्याला पोहोचणार? गेल्यास आमच्या जायूची बातमी घेऊन ये. माहेरी सगळे बरे आहेत म्हणून सांग.''

आजही ती तशीच यांना ओझी घेऊन जाताना पाहून पळत आली म्हणाली, ''गोपतिठ्ठ्याला पोहोचणार गं?''

आनंदी हो म्हटल्यावर अजिजीनं तिनं आपल्या मुलीची वार्ता घेऊन यायला सांगितलं. म्हणाली, ''शाळेला रजा पडल्यावर भावाला पाठवून देते म्हणून सांग.''

''बरं गे.''

''मुलांना नीट सांभाळा म्हणून सांग.''

''हो गे.''

खरं तर या गावची कुंभारीण गोपतिठ्याला गेल्यास जायूच्या घरी न जाता येतच नव्हती. जायूच्या घराभोवती सावलीचा थंडावा असायचा. तिथली झाडं तृप्त हिरवीगार आणि माड तर नारळांच्या भारानं वाकलेले. विहिरीतलं पाणी तर इतकं वर, हातानंच ओढून घ्यावं! तिच्या घराच्या ओसरीवर काही वेळ बसलं, तरी वाऱ्यानं डुलकी यायला लागायची. माहेरचं कुणी दिसलं, तर जायू त्याला मिठीत घेतल्यासारखं करत घरी आणायची.

आनंदी आणि देवकी डोकीवर ओझी घेऊन सरसर चालत होत्या. पाठीच्या कण्यावर भार येत होता. कंबर दुखत होती. अंग घामानं भरत होतं. ते सगळं विसरण्यास म्हणूनच त्या बोलतच चालल्या होत्या.

देवकी सांगत होती, ''माझं लग्न झालं, तेव्हा मी आणि माझी सासू बरोबरीनंच विक्रीला जात होतो. दुपार कलायला दोन ओझी मडकी खपायची. लोक हाका देत बोलवून नेऊन मडकी घ्यायचे.''

''आता दोन ओझी कुठं, एका ओझ्यातल्या अर्ध्या मडक्या खपत नाहीत. आता कुणाला हवा ह्या मातीचा माल? पोट आहे म्हणून कुंभारांनी पेटायची ती. आपल्या दादल्यांनी आता गावाबाहेर जाऊन दुसरंच काहीतरी केलं पाहिजे.''

''ते आता इतर काय करणार? मातीचे गोळे झाल्येयत ते, पेटणं सोडल्यास आणखी काही हाती धरायला येत नाही त्यांना. शेतकऱ्यांनी शेतीच्या कामाला बोलवल्यास बायकांना पाठवतील आणि स्वतः माती कालवत बसतील.''

''चल गं झपझप. उन्हं चढायच्या आधी कुठल्या तरी गावात पोहोचायला हवं.''

''एकदा काय झालं माहीत आहे, आनंदी? सासू आणि मी नावेनं नदी ओलांडून वरच्या गावातून विक्रीला गेलो होतो. परतताना असनोटी गावात

पोहोचायला काळोख दाटला. मग रातला तिथल्या एका घराच्या ओसरीत झोपलो. मी लहानशीच तेव्हा. तर त्या घरचा एक मिशीवाला आडदांड पुरुष उगीच सारखा आतबाहेर करत होता. सासू भ्याली, रात्रभर मला कुशीत ओढून घेऊन झोपली.''

दोनेक तास चालून त्या हणकोण गावी पोहोचल्या. तिथं एका माणसाला 'जरा हात लाव रे अण्णा' म्हणत दोघींनीही ओझी खाली उतरवून घेतली. तिथं त्या सावलीत काही वेळ बसल्या. उन्हात पावसात पार धुऊन काढल्यासारख्या दोघी कृश भागलेल्या बायका, पस्तिशीतल्या. आनंदी जरा गोरी, दिसायला बरी, तरणी. देवकी जरा उंच-सावळी, पण नाकीडोळी आकर्षक अशी. बरोबरीची असूनही ती आनंदीपेक्षा जरा वयस्क वाटत होती. या हाडं वर सरलेल्या बायकांनी ही एवढी मोठी शिंकाळी चार गावच्या बाहेरून डोकीवर घेऊन आणलीत हे खरंच वाटत नव्हतं.

देवकीनं म्हटलं, ''दोघीही एकाच गावात फिरून कसं होणार? पूर्वी दोघी आल्या, तर एकटी एका बाजूनं जायची, दुसरी दुसऱ्या बाजूनं. परतताना रिती शिंकाळी घेऊन यायची. आता होत नाही ते. एकटीनं कुणीतरी पुढच्या गोपतिठ्ठा गावात गेलं पाहिजे.''

आनंदी उगी उठली. म्हणाली, ''तू दे हे ओझं माझ्या डोकीवर. मी पुढं जाते. जायूही भेटेल मला.'' ती ओझं घेऊन गोपतिठ्ठ्याच्या बाजूनं चालायला लागली. जाता जाता म्हणाली, ''मला उशीर झाल्यास तू महादेवच्या दुकानासमोर बसून राहा माझी वाट पाहत.''

देवकीनं मग एका वाटसरूकडून ओझं उचलून घेतलं आणि ती खालच्या वाड्याच्या बाजूनं निघाली. थोडं चालून गेल्यावर शेताच्या पलीकडच्या वाड्यावर कुणीतरी रडतात तो आवाज ऐकायला यायला लागला. त्या बाजूनं दोघंजण येत होते. तिनं विचारलं, ''तिकडे काय झालं? कुणीतरी रडतात ते?''

एकानं सांगितलं, ''सकाळच्याला केशवचे वडील वारले. जा जा तू तिकडे. दोनतरी मडकी खपतील.''

''बरं वाटत नाही मला. बोहनीलाच मरणाला मडकी द्यायचं. गावची लोकं काय म्हणतील?''

''कुणी कशाला काय म्हणेल? मरणं कुठं नाहीत, कुणाला येत नाहीत?''

''तरी बोहनी झालेली बरी. अण्णा, तुम्हीच एक तरी मडकं घेऊन जावा.''

ते न ऐकल्यासारखं करून चालायला लागले. मग देवकी जवळच्याच एका ओळखीच्या घरी गेली. त्या घरच्या बाईनं एक मडकं घेतलंच आणि आपल्या मुलाला त्या रडणाऱ्यांच्या घराच्या बाजूनं पाठवलं. म्हटलं, ''पळत जा आणि त्यांना सांग, कुंभारीण मडकी घेऊन गावातच आली आहे. नाहीतर त्यांना दूर भगतवाडीवर जावं लागेल मडकी आणायला.''

काही वेळातच त्या मुलाबरोबर एक इसम येताना दिसला. त्यानं येऊन दोन हवी तशी मडकी घेतली. न विचारताच त्यानं एक शंभरची नोट काढून दिली. तिनं ती मुकाट्यानं घेतली.

आनंदी हणकोणहून पुढच्या गावाला गोपतिष्ठ्याला निघाली होती. मध्ये एक गच्च रान होतं. रान ओळखीचंच होतं, पण भीती मात्र होतीच. हे रान पार करून गेल्यावर एक खूप पसरलेला गाव आहे त्याचंही बरं वाटत होतं. रानातल्या रस्त्यावर पाय ठेवल्यापासून ती एकटीच होती. पण बरंच पुढं एक वयस्क माणूस चालत होता. त्यानं दुरूनच मागं वळून पाहिलं आणि तो थांबला. त्यानं गुडघ्यांच्याही वर आलेलं अर्धं धोतर नेसलं होतं. खांद्यावर घोंगडं होतं. जवळ पोहोचल्यावर तो म्हणाला, ''माजाळी गावची कुंभारीण ना तू? कुठल्या कुठं पोहोचता गं तुम्ही ही मडक्यांची ओझी घेऊन! तुमचे पुरुष बसल्या-बसल्या मडकी पेटतात, ओझी मात्र तुमच्या डोकीवर. बरी तुमच्या गावच्या मडकी. आमच्या गावात तुमच्याच मडकी.''

''मामा, कुठल्या गावचा तू? मी सोबतच शोधत होते...''

''मी मायगिणीचा. इथंच पुढं आत रानातच आहे आमचा गाव. हणकोणच्या बाळाजी नायकनं आपला गोठा दुरुस्त करायला काढला आहे. त्याला एक लांब आडं हवं होतं, जांब्याच्या लाकडाचं. ते पोहोचवूनच येत आहे. फॉरेस्टरचे लोक उठून दाताला राखुंडी लावण्याआधीच रस्ता पार केला मी. आमच्या रानात हे येतात आणि आम्हांलाच टरकवतात.''

त्याच्या कमरेच्या आकडीला लांब कोयता होता. तो चालताना तो खुटुखुटु हलत होता. तो मोठमोठ्यानं बोलत चालला होता. आनंदी फक्त 'असं मामा, होय मामा?' म्हणत होती.

बरंच पुढं गेल्यावर तो आपल्या गावच्या वाटेवर वळला. म्हणाला, "जा, भिऊ नकोस तू. गवळ्यांचा गाव हा. रानभर गुरं आणि त्यांना राखणारे."

दूर जाईपर्यंत तो रानातून आवाज देतच होता.

आता रानातून पंधरावीस मिनिटांची वाट होती. वाटेत जिता जीव नव्हता. तिला तशी भीती वाटत नव्हती. पण त्या रानवाटेवर एकलेपणाचंच दडपण होतं. उगीच अंगावर थंडावा पसरल्यासारखा होई आणि अंगावर काटा उभा राही. तिला आता उगीच गुणाईची आठवण यायला लागली. गावात तिच्याविषयी लोक पुष्कळ सांगायचे...

मागं कधीतरी कुंभारवाडीवर गुणाई म्हणून स्वरूपसुंदर बाई होती. तिचं माहेर भटगाळी गावाला. बापानं तिचं दहाव्या वर्षी लग्न केलं होतं. तिला खांद्यावर मारून पुढचा डोंगर उतरून सासरला पोहोचवलं होतं. आधीच ती गोरी होती. तरुण झाल्यावर खूपच सुंदर दिसायला लागली. कुंभारवाडीवर देवपरी फिरत्येय असं वाटायला लागलं. जवळच्या कुळकेरी गावात दिवजाची जत्रा होती. तिच्या नवऱ्यानं बुट्टीत बुट्टीभर दिवजं भरली आणि तिला म्हटलं, "नेऊन कुळकेरी गावच्या घरोघरी बायकांना दे. त्या काही पैसा, नारळ, धान्य बुट्टीत टाकतात ते घेऊन ये."

गुणाई निघाली. वाट वळणावळणांची झाडाझुडपांतून जात होती. गावच्या सीमेच्या बरंच आत पोहोचल्यावर दोघं दांडगे पुरुष तिची वाट अडवून उभे राहिले. त्यांच्या हातात कोयत्या होत्या. दिवजांची बुट्टी खाली पाडून तिला त्यांनी झाडीत ओढून नेलं. तिच्या देहावर बळजबरी केली. गुणाई ओरडली, रडली, मग संतापानं उभी पेटली. तिनं ती दिवजांची बुट्टी आणून गावच्या महासती माळावरच्या सतीच्या दगडावर आपटून सगळीच्या सगळी दिवजं फोडून टाकली. सतीच्या पायाशी दिवजांच्या तुकड्यांची रास पडली. मग ती गावच्या देवासमोर जाऊन उभी राहिली. तिनं केस सोडले, पदर भूमीवर पाडला, पुढची पिंजर कपाळावर भरली, मग गावच्या दिशेनं हात हलवत तिनं शाप दिला,

"या गावात कधी कुणाचंच बरं होणार नाही. निःसंतान होईल गाव. धुळीला मिळून जाईल!"

अंगावरच्या विसकटलेल्या वस्त्रानिशी ती घरी आली. तिनं सासूला विचारलं, ''सासूमाय, मांस रांधून भ्रष्टावलेलं मडकं शुद्ध कसं करता येईल?''

''ते आगीत भाजून काढल्यावरच शुद्ध होतं सूनबाई.''

त्या रात्रीच गुणाईनं स्वतःला जाळून घेऊन जीव दिला.

असं सांगतात, त्यानंतर तो गाव देवळासह हळूहळू कोसळत गेला, मातीला मिळाला. स्त्रियांची गर्भाशयं सुकली, पान्हा आटला. पुरुष वेड भरून रानोमाळ फिरत होते. आता त्या गावची कुठं नामोनिशाणीही नाही.

तेच शेवटचं. त्यानंतर कुणी कुठल्या गावात कुंभारणीविषयी वाकडं काही बोलला नाही, वाकडं काही केलं नाही. आता कुंभारणी गावातून भयमुक्त फिरतात, गुणाईचं नाव घेत...

विचारातच आनंदी चिंचवाडीवर येऊन पोहोचली. आपणास कुणी बोलवतात का ते पाहत फाटकाशी उभी राहिली, पण एवढं मोठं मडक्यांचं शिंकाळं पाहूनही कुणाची हाक येत नव्हती. वाडीवर ओळखीची घरं होती, पण कुणाच्याही घरी जाऊन मडकं अंगाला लावणं तिला बरं दिसत नव्हतं. तेव्हा तिनं मोठ्यानं हाळी दिली, ''मडकी गं!''

एक ओळखीची बाई बाहेर आली आणि तिला आपल्या अंगणात बोलवून शिंकाळं खाली ठेवलं. ''उन्ह किती चढलं आहे, तू तर घामानं भिजली आहेस'', म्हणत तिनं आत जाऊन तिला पाण्याचा तांब्या आणून दिला. आनंदी पाणी प्यायली. बरचसं पाणी डोक्यावर, तोंडावर मारून घेतलं. तेव्हा अजून काही बाया तिथं आल्या.

ती बाई सांगत होती, ''माझा मुलगा शिवानंद, त्याला आता आवडत नाही मडक्यात रांधलेलं. सगळी मडकी त्यानं उचलून माळ्यावर टाकली आहेत. वास्कोहून येताना दर वेळेला एखादं स्टीलचं भांडं घेऊन येतो.''

''पण मडक्यातलं जेवण रुचीलाही बरं आणि आरोग्यालाही बरं म्हणतात.''

आम्ही आता माशाची कढी तेवढी मडक्यात करतो. चांगली होते ती. त्या बाईनं कढी करण्याचं खुळणं तेवढं एक काढून घेतलं.

आनंदी विचार करत होती, पूर्वी मडक्यांच्या ओझ्याभोवती लोकांची गर्दी पडायची. मडकं काढून द्यायचं आणि किंमत सांगायची. डोळे मिटून लोक घ्यायचे आणि किंमत चुकती करायचे. आता मडक्यांकडे पाहून लोक नाकं मुरडतात. किंमत सांगितल्यास आश्चर्य दाखवतात.

तरी तीन लहानमोठी मडकी तिथं खपली. घासाघीस करून नव्वद रुपये मिळाले.

आनंदी पुढं निघाली. ती येऊन जाईच्या घराशी उभी राहिली. जाईची सासू समईत तेल घालून त्यावर वाती रचत होती. नवरा गट्टाभर केळीची पानं कुठून कुठून कापून आणून त्या विहिरीशी धुवत होता. सासूनं हाक दिली, ''जाई, तुझ्या माहेरचं माणूस पोहोचलं आहे गं.''

जाई घरातून धावतच आली. ती नुकतीच न्हाली होती. ओले केस मोकळेच होते. तिनं घाईघाईनं आनंदीच्या डोकीवरचं ओझं उतरवून घेतलं. माहेरची, माहेरच्या सगळ्यांची खुशाली विचारली. डोळ्यांत पाणी आणून व्याकूळपणे ती बोलत होती. म्हणाली, ''लहानपणी तुमच्या वाडीवर गणपतीला माती रचतात तेव्हापासून रंग काढेपर्यंत आम्ही ये-जा करीत राहायचो. शेतात गेली, तर आई सीताईकडे जाऊन बोलत बसायची. मीही कधी जायचे. तुमच्या वासंतीबरोबर खेळत होते मी. गुरांच्या पाडव्याला गोपाळमामा आम्हांला बळीदेव करून द्यायचा.''

सासू हलकेच खाकरली. जाई जाग आल्यासारखी आत गेली आणि चहा करून घेऊन आली. म्हणाली, ''पाणी तापलेलंच होतं. थोडी चहापत्ती आणि साखर टाकली. आनंदीमावशी, आज माझ्या सासऱ्यांचं श्राद्ध आहे. भट अजून यायचाच आहे. तू आधी गावातून फिरून ये. मग इथंच जेवायला ये. आयतंच माहेरचं माणूस पोहोचलं आहे.''

आनंदीनं 'बरं' म्हटलं आणि ओझं डोईवर घेतलं. जाताना तिनं मागं वळून पाहिलं, जाईच्या घरापुढच्या माडाशी आळ्यावर एक प्लास्टिकचा कळसा आणि तांब्या आहे. तिनं मनात म्हटलं, ''हे अवलक्षण आता रानातल्या गावांतूनही पोहोचलं आहे तर!''

जाईचा मोठा दीर भटकळला पोलिसांत होता, तर धाकटा गोव्यात शिक्षक होता. तिचा नवरा शेतं, ऊस करून गावातच होता. जाईच्या घराशी येताच जाणवते ती आतबाहेर व्यापून असलेली शांतता आणि समाधान! ती शांतता घरातल्या माणसांतच आहे असं नाही, तर तिथल्या झाडांतूनही आहे!

पुढचे दोन तास तरी आनंदी गावातून फिरत होती. तशी आनंदी मडकी खपवायला हुशार होती. ती मडकं उंचवून वर घ्यायची आणि बोटानं त्यावर टिचक्या मारायची, खण्खण् आवाज यायचा. ती म्हणायची, ''मातीचं मडकं नाही तांब्याचं भांडं आहे. आमच्या गावची मातीच तशी, पेटतो तसं तिचं ताम्हण होतं, आव्यात भाजून काढल्यावर त्याला माती कोण म्हणणार नाही.''

पण जुनी मडकी आता माळ्यावर पोहोचली होती. तरुण पुरुष वगैरे बायकांची चेष्टा करायचे, ''गालाला काळं लागलं आहे बघ, मडकं घासत होतीस की काय?''

तरीपण आनंदीनं अर्ध्याच्या वर मडकी विकली. पेरणी करण्यापूर्वी कळसवाड्यावरच्या लोकांची स्थळातल्या देवाची 'जागवण' होती. तिथं नैवेद्याचा भात शिजवायला तिथल्या चार घरांतल्यांनी चार मडकी घेतली.

ती जाईकडे परत निघाली, तेव्हा शिंकाळं बरंच हलकं झालं होतं. दोन लहान कळशा, एक खुळणं, दोन बुडकुल्याच राहिल्या होत्या.

भट येऊन शास्त्र करून गेला होता. ब्राह्मण जेवून माडाच्या आळ्याशी येऊन तोंड धूत होता. आनंदी स्वतःच विहिरीशी जाऊन हातपाय धुऊन आली. जाईनं तिला आत बोलवून श्राद्धाचं जेवण वाढलं. आत वाडीवरचे अजूनही कुणी जेवायला बसले होते. जाई आतबाहेर सगळ्यांनाच पाहत होती. आनंदीलाही वाढत होती.

जेवून आनंदी लवकरच जायला निघाली. हणकोणला देवकी वाट पाहत असेल!

उरलेली मडकी डोकीवर घेताना आनंदीनं हात लांब करून जाईच्या गालाला लावला, ''आईसारखीच गुणाची गं तू. आईला काय सांग म्हणतेस?''

''बरे आहेत सगळे म्हणून सांग. शाळेला रजा पडल्यावर बाळूला पाठव म्हणून सांग आठ दिवसांसाठी.''

''तू येणार नाहीस माहेरला?''

''मला कुठं वेळ गं? बागेतली कोकमाची फळं पाडायची आहेत. त्यांची आमसुलं, आगळ करायचा आहे. आता पेरणीही सुरू होईल लवकरच.'' तेव्हा आनंदीनं बाजूला काढून ठेवलेल्या बुडकुलीवर तिचं लक्ष गेलं. ''अगं ही आणखी कशाला काढून ठेवलीय इथं?''

''तुला म्हणून ठेवलीय.''

''नको, मडकं आणि कोण घासत बसणार? गोव्याहून धाकला दीर आला म्हणजे हसतो. म्हणतो, 'वहिनी, हे काय गं तुझं? मडकीच घेऊन बसणार?' आता लवकरच लग्न होणार आहे त्याचं.''

तिच्या नवऱ्यानंही म्हटलं, ''घेऊन जा तू. वाटेत कुणी घेईल. पैसे मिळतील तुला.'' जाईनं मडकं उचलून आनंदीच्या हातात दिलं.

आनंदी निघाली. तिला वाईट वाटत होतं. पूर्वी मडकं दिलं, तर जाईला बरं वाटे. घाईघाईनं आत जाऊन दोन नारळ आणून तिच्या शिंकाळ्यात टाकी. नारळ सोललेले नसतील, तर कोयता घेऊन घाईघाईनं सोलायला लागे. आनंदीला भीती वाटे, ही कोयता हातावर मारून घेईल म्हणून. ती देवरूप पाहिल्यासारखं तिला पाहत राही.

आज तिनं माझं मडकं घेतलं नाही, हीन केलं. तिला हातातलं ते मडकं खूप जड वाटत होतं. हातातून सोडून द्यावंसं वाटत होतं.

पुढं एका बाईनं एक लहान कळशी घेतली आणि तीन मापटं तांदूळ दिले. तिनं ते फडक्याला बांधून मडक्यात टाकले. अजून एक बाई हातात मडकं धरून म्हणाली, ''पुढच्या वेळेला येशील, तेव्हा देईन पैसे.'' आनंदी म्हणाली, ''अजून येणं होतं की नाही कुणी सांगावं! मडकीच नकोशी झाली आहेत.''

मडकं तिच्या हातातून घेऊन ती पुढं निघाली. आता शिंकाळ्यात लहानमोठी चार मडकी राहिली होती.

ती गावाकडे जायच्या रस्त्यावर येऊन उभी राहिली, तेव्हा दिवस कलला होता. कुणीतरी म्हणत होता, कद्रेहून चारची बस अजून येणार आहे.

आनंदी मनातच हसली, कुंभारीण मडकी घेऊन बसमध्ये चढणार!

तिनं झपझप पावलं उचलली. या आडवेळेला रस्त्यावर कुणी नव्हतं. मध्येच एखादी मोटार अंगावरून जायची. नंतर सगळं शांत! आनंदीला उगीच वाटायचं, आपल्या डोकीवर ही नवी मडकी आहेत, आपणाला कसलीच भीती नाही. या मडक्यांत भुताखेतांसाठी भाताचा चरु शिजवतात. स्मशानावर फोडतात, पिंडदानाला भात शिजवतात. कुणी कुंभारणीच्या वाटेला आल्यास जळून भस्म होईल त्याचं!

उन्हं उतरू लागली होती. त्या उतरत्या उन्हातही खूप उष्मा होता. झपझप चालताना घामही निथळत होता. आजूबाजूच्या डोंगरांतून पांढरट धुकं पसरलं होतं. दोन्ही बाजूंच्या झाडांतूनही ते उतरत होतं. बहुतेक गुरं आता रानांतून खाली उतरत होती. गवळ्यांचं हाकारणंही ऐकू येत होतं. त्यांच्या गळ्यातल्या गडगड्या सारख्या वाजत होत्या. तो एक दिलासा होता. मध्ये एके ठिकाणी कुणी नवराबायको डोकीवर लाकडाच्या मोळ्या घेऊन रान उतरून रस्त्यावर आले. मग ते तो रस्ता ओलांडून झाडीतल्या एका पायवाटेवर उभे राहिले. तो पुरुष बायकोला म्हणाला, ''एकटीच चाललीय बघ ती कुंभारीण रानातल्या रस्त्यानं.'' मग तो आनंदीला मोठ्यानं म्हणाला, ''जा तू जा, भीती नाही. इथं आत वाटमाऱ्या राखणदेवाची घुमटी आहे. पूर्वी म्हणे तो वाटमारी करायचा. एक दिवस त्याला एक देवऋषी भेटला. तो मग वाटमारी सोडून लोकांना वाट दाखवायला लागला, त्यांची राखण करायला लागला. देव आहे, भीती नाही.''

गोपतिठ्ठ्यावरून तासभर तरी चालून ती हणकोणला पोहोचली. तेव्हा देवकी महादेवाच्या दुकानाशी तिची वाट पाहत होती. तिच्या शिंकाळ्यातही न खपलेली मडकी होती.

त्या आपल्या कुंभारवाडीवर पोहोचल्या, तेव्हा दिवेलागणीची वेळ झाली होती.

शिंकाळ्यातून इतकी परत आलेली मडकी पाहून आनंदीची सासू म्हणाली, ''ओझं तसंच परत आणलंस गं? विक्रीला गेली होतीस की गाव फिरायला? यापूर्वी आम्ही ओझ्यांनी मडकी खपवली आहेत.''

आनंदीला राग आला. रागाच्या भरात ती सासूवर खेकसली, ''तुझी पुराणातली वानगी नकोत. आता या मातीच्या कवठ्या पाहिजेत कुणाला? मडकी खपवायची, तर आता स्मशानावरच जाऊन बसायला हवं. तुमच्या आव्याचं स्थळ पडीक पडणार आता लवकर.''

ऐकून सासूनं अकांडतांडवच केलं, ''अवलक्षणी हडळ ही! आवा बंजर पडणार म्हणते. डाग द्यायला हवा तुझ्या तोंडाला.''

तिचा नवरा रामचंद्रही तिच्यावर संतापला, ''तोंड फोडीन मी तुझं. या कारतवेळी आवा पडीक पडणार म्हणतेस?''

ओझ्याची चुंबळ बुडाखाली घेऊन आनंदी तशीच ओसरीवर बसून राहिली. तिचा धाकटा कधीतरी तिच्या अंगावर येऊन पडला होता.

ग्रीष्म ऐन भरात होता. सभोवती शेतकऱ्यांनी नांगरून घातलेल्या तांबड्या मातीतून ज्वाळा उठताहेत असं वाटत होतं. पण वाडीवर पसरलेल्या आंब्याच्या झाडाच्या सावलीतून मात्र ती धग जाणवत नव्हती. लोक उगीच उन्हाची ओढ लागल्यासारखे सावलीच्या पार पाहत होते. आता तर झाडाच्या फांद्या-फांद्यांवर लोंबणारे आंब्याचे घोस पाहून त्यांचा जीव हरखून जात होता. आणखी काहीच दिवसांनी इथं आनंदसोहळा होणार होता. गावभरची पांखरं, खारी, वटवाघळं वस्तीला येणार होती. मुलांची गर्दी पडणार होती. पडणाऱ्या दरएक आंब्याच्या आवाजाबरोबर मुलांचा कलकलाट होणार होता. बायका रात्री-अपरात्री हातात लहान बुट्ट्या घेऊन झाडाखालून फिरणार होत्या. या झाडाचं एक बरं होतं, झाड इतकं उंच होतं, वर चढून कुणाला आंबे पाडणं शक्य नव्हतं. खालून दगड भिरकावला, तरी तो आंब्यापर्यंत पोहोचत नव्हता. आंबा झाडावर पिकूनच झडायला हवा.

पण आंबे पिकायला आले, तेव्हा त्या आंब्याखाली एक विपरीत गोष्ट घडली होती. यशवंताचा सोळा वर्षांचा मुलगा सदानंद घरातून पळून गेला होता. रागाच्या भरात बापानं नुकतीच आव्यातून काढलेली मडकी काठीनं फोडून निघून गेला होता. आई गोकुळा आठ दिवस मुलाच्या काळजीनं अंथरूण धरून पडून होती. खानापूरकर मास्तर येऊन चार सांत्वनाच्या गोष्टी सांगून गेला होता. त्याच आधारावर आज ती उठून बसली होती. हातात कुडती घेऊन मातीची ढेकळं फोडून बारीक करीत होती. कुडती मारताना रडतच बोलत होती, ''चांगला मॅट्रिक पास झाला होता माझा पोर. आणखी शिकायला कालेजमध्ये जातो म्हणत होता... जुनी तरी सायकल पाहिजे म्हणत होता... आमच्याकडून कधी एक नवं पुस्तक घेऊन देता आलं नाही... चांगलं खमीस शिवता आलं नाही... आमच्या पोटाची खळगीच भरत नव्हती... अलीकडे रागच यायचा त्याला फार...''

सदानंद गोरा, सुंदर होता. स्वच्छ राहायचा. शाळेतून आला की कळशी घेऊन विहिरीवर जायचा आणि न्हाऊन यायचा. मातीत हात घातला, तर लगेच हात धुवायचा. वयाच्या तेरा वर्षांवरच तो चाकावर गळे काढायला शिकला होता. गेल्या चतुर्थीला त्यानं गणपतीच्या तीन छान मूर्ती केल्या होत्या. कुणी विडा न देताच केल्या होत्या. बापलेकानं त्या मूर्ती माजाळी बाजारात सोयरू सुताराच्या शाळेत विकायला नेऊन ठेवल्या. त्यांतली एकच खपली. चार दिवसानं सोयरू सुतार कुरकुरायला लागला. म्हणाला, ''नेत्रं काढलेले गणपती, सोवळं पाळायला लागतं. न्या तुम्ही ते लगेच. आम्हांला पाप नको.''

बापानं एक मूर्ती नेऊन एका तळ्यात टाकली. दुसरी आणून वाडीवरच्या मांगरात नीट कागदात गुंडाळून कोपऱ्यात ठेवली, माघातल्या चतुर्थीला कुणालाही देता येईल म्हणून. तो मांगर म्हणजे वाडीवरच्या लोकांचं मोठं, सामाईक खोपटंच होतं. त्यात माती साठवून ठेवायचे, कुणी कुंभार तिथं बसून मडकी पेटायचे, तिथं मुलंही खेळायची.

हळूहळू त्या मूर्तीवरचे कागद उडाले. तिचे कान, सोंड, हात उघडे पडले. ती उचलून सदानंदाने जवळच शेतकऱ्यांच्या विहिरीत नेऊन टाकली. बापानं विचारलं तर म्हणाला, ''कुत्रीही बसतात तिथं, कुत्र्यानं मुतलेली मूर्ती तू पूजेला देणार? दशा झाली होती त्याची!'' खरं तर बापानं एक मूर्ती तळ्यात नेऊन टाकली होती, तेव्हाच तो चिडला होता, निराशही झाला होता.

चहूबाजूच्या कुंभारगावांतून मॅट्रिक पास झालेला तो पहिला मुलगा. कुंभारांच्या गरिबीला, त्यांच्या अज्ञानाला, बुरसटलेपणाला बाजूला सारून

मॅट्रिकपर्यंत शिकला होता. डोकीवर छत्री नसताना पावसात भिजत, पोटाशी पुस्तकं धरून धावतच तो शाळेला जायचा आणि यायचा.

सातवीपर्यंत गावच्या शाळेतच तो शिकला. आठवीला हायस्कुलात नाव घालायला गेला, तर शेतकऱ्यांची काही मुलं तिथं त्याच्याभोवती अवचित फेर धरून नाचायला लागली. ती नाचत होती आणि हसत गात होती, 'कुंभाराच्या मातीत खडे आणि मडक्याला गेले तडे'. पूर्वी तो ज्या शाळेत शिकत होता, तिथलीही दोन मुलं त्यांच्यात होती.

तिथून कसातरी सुटून तो ऑफिसात गेला. त्यांनी सांगितलं, आधीच चारशे रुपये भरावे लागतील. पहिल्या दिवसापासूनच युनिफॉर्म घालून यावं लागेल, निळी हाफपॅण्ट आणि पांढरा शर्ट. त्याला वाटलं, मी गरीब कुंभार म्हणून ते जरा जास्तच ठासून सांगताहेत.

सदानंदची या शाळेवरची वासनाच गेली. शेतकऱ्यांची ही मुलं बरीच मस्तीखोर. पूर्वीसुद्धा 'खुंबारा, खुंबारा' म्हणून चिडवायची. वडील तर अजून शाळा नकोच म्हणत होता. तेव्हा त्याला खानापूरकर मास्तराची आठवण झाली. तो मूळ बेळगावचा. सदाशिवगडच्या एका शाळेत कलामास्तर होता. तो मराठा कुंभार होता आणि कणसगिरीच्या एका कुंभाराच्या मुलीशी त्याचं लग्न झालं होतं. ती मुलगी सदानंदाची दूरची नातेवाईक होती. सदाशिवगडवरच्या महामाया देवीच्या जत्रेला हल्लीच ती दोघं भेटली होती. 'मी सातवीला पास झालो आहे,' म्हटल्यावर खानापूरकर मास्तरांनी म्हटलं होतं, ''शीक तू पुढं. शाळा सोडू नकोस. काही अडचण असल्यास सांग मला.''

सदानंद सदाशिवगडच्या शाळेत गेला. खानापूरकर मास्तरांनी कुणाकडून तरी स्वस्तात जुनी पुस्तकं घेऊन दिली. आधीच भरायचे पैसे हेडमास्तरला विनंती करून थोडे थोडे करून भरायला सांगितले. खानापूरकर त्याला काय हवं नको ते मायेनं पाहत होता.

पण ही शाळा घरापासून पाच मैलांवर होती. सकाळी-संध्याकाळी दोन वेळेची शाळा. मध्ये तीन तासांचा मोकळा वेळ होता. इतर मुलं, मास्तर जेवायला दुपारी घरी जात होते. खानापूरकर मास्तरही दुपारला सायकलनं कणसगिरीला जायचा. पण सदानंदाला घरी जाऊन येणं शक्य नव्हतं. प्रारंभी दोन वेळा मास्तरनं सायकलच्या मागे बसून घरी यायला सांगितलं होतं. पण सदानंदानं हट्टी मुलासारखं त्याला 'नाही, नाही' म्हणून सांगितलं. मग तर तो शाळा सुटल्यावर लपून राहायला लागला.

सकाळी साडेसहालाच घरातून निघावं लागे. आई भाकरी, पोळी काहीतरी करून देत होती. ती केळीच्या पानात गुंडाळून केळीच्या वायानं बांधत होती. ती तो पुस्तकांच्या बरोबरच पिशवीत टाकत होता. आधी झपझप चालायचा, शाळा जवळ आली की धावायलाच लागायचा. गावगेरीहून चारपाच मुलं त्या शाळेला जायची. ती भेटली तर तो त्यांच्याबरोबर रमतगमत जायचा. हे असं फार कमी वेळा व्हायचं. तो गावगेरीला पोहोचायला त्या मुलांनी शाळा जवळ केलेली असायची.

दुपारची वेळ वाईट होती. तो आईनं दिलेली भाकर खायचा. शाळेच्या विहिरीवर एक मातीची कळशी आणि डोर नेहमी पडलेला असायचा. तो तिथं पाणी प्यायचा. मग काही वेळ वाचत बसायचा, तिथून उगीच फिरायचा. शाळेत अरविंद राणे म्हणून एक मास्तर होता. तो मोठ्यानं ओरडून शिकवायचा. त्या सामसूम वेळी त्याला उगीच वाटायचं, अजूनही तो मास्तर शिकवतो आहे, तसाच आवाज घुमतो आहे. त्याला कळत नव्हतं, आपल्याला इथं भीती वाटते ती या शांततेची की आपल्या एकाकीपणाची?

शाळेसमोर जरा पुढं एक मोठ्ठं वडाचं झाड होतं. त्याच्या कितीतरी पारंब्या जमिनीपर्यंत पोहोचल्या होत्या. त्या आपसात बांधून तो त्याच्यावर झोके घेत होता. दुपारच्याला पुष्कळ पाखरं येऊन तिथं बसायची. ती गातात, ओरडतात तसाच तो आवाज काढायचा.

वडाच्या झाडाच्या थोडं मागे एक साधं लहानसंच घर होतं. केस पिकलेली, केसांच्या गुठळ्या झालेली एक म्हातारी बाई तिथं राहत होती. जिवाला कंटाळून शरीराची निगा सोडून दिल्यासारखी ती वाटत होती. एक दिवस ती पेजेची ताटली घेऊन वडाच्या खाली बसलेल्या सदानंदाजवळ आली. म्हणाली, ''घे बाळा, थोडी पेज पी. जेवलास की उपाशी आहेस ते माहीत नाही.''

संकोचानं सदानंद काही वेळ तसाच उभा राहिला.

''माजाळीच्या कुंभारांचा ना तू? गेले काही दिवस पाहत्येय मी तुला इथं. माहीत झालंय मला. आम्ही पूर्वी गोव्याला जाताना तुमच्या वाडीच्या बाजूनंच जात होतो. पुढं रानातून पावसे डोंगर ओलांडला की पैंगीण गाव येतो. तिथं सोहिरोबा म्हणून एक कुंभार होता. माझ्याबरोबर एकदा पैंगीणपर्यंत आला होता. कहाणीच आहे ती माझ्या आयुष्याची.'' तिचे डोळे भिजले.

सदानंदानं अवचित ती ताटली घेतली आणि सगळी पेज पिऊन टाकली. तळाशी उरलेली शितंही खाऊन टाकली.

''इथंतिथं उगीच फिरतोस कशाला? येऊन बस घरात निवांत. आमच्या घरामागे विहीर आहे. घराच्या वर ती दोन नारळाची झाडं दिसतात ती आमचीच.''

दुसऱ्या दिवसापासून सदानंद तिच्या घरी जाऊन दुपारच्याला बसायला लागला. आईनं दिलेली भाकर तिथंच बसून खायचा. तिनं पेज दिली तर तीही प्यायचा.

घरात इतकी गरिबी होती, सगळीकडे जुनी फटकुरं पसरवून ठेवल्यासारखं वाटत होतं. स्वच्छताही नव्हती. पूर्वी गोव्याची सीमा बंद असताना तिचा वीसेक वर्षांचा मुलगा कुणाचा तरी माल आणायला गोव्यात गेला होता. माल घेऊन परत येताना पोर्तुगीज सोजीरांनी त्याला अडवलं. तो भीतीनं माल तिथंच टाकून पळायला लागला. तेव्हा त्यांनी मागून गोळीबार केला. त्यात तिचा मुलगा मृत्युमुखी पडला. त्याचा मृतदेहही इकडे पोहोचला नाही आणि मरणाचीही वार्ता तिला कळली नाही.

आपला मुलगा परत येणार या आशेवर आई सहा वर्षं वाट पाहत होती, पण तो आला नाही. गोवा मुक्त झाल्यावर ती तिकडच्या गावागावांतून फिरली, पण कुणी काही सांगत नव्हता. पोर्तुगीज सोजीर तर केव्हाच गोवा सोडून गेले होते.

शेवटी सीमेच्या आतल्या दूरच्या काळशी गावातल्या एका वयस्क माणसानं तिला सगळी हकिकत सांगितली. तो म्हणाला, ''तिन्हीसांजेची वेळ होती. माझ्या घराच्या खालच्या बाजूला गोळीचा घुडुम् आवाज आला. मला वाटलं, कुणी शिकार केली असेल. मी घरापुढची उतरंड उतरून रस्त्यावर आलो, तर तिथं एक रक्तानं भरलेलं प्रेत पडलं होतं. तरुण मुलाचंच होतं ते. पण मला त्या गोऱ्या सोजीरानं पिटाळून लावलं. नंतर त्या प्रेताचं काय झालं, कुठं नेऊन पुरलं की जाळलं काहीच कळलं नाही. सहा वर्षांमागचीच गोष्ट आहे ही.''

कळल्यावर ती दुःखावेगानं वेडीच झाली होती. गोव्याच्या बाजूला तोंड करून बसायची आणि रडरड रडायची. स्वतःच्या देहाची काळजीही तिनं सोडली होती.

आता सदानंद दुपारी जाऊन तिच्याकडे बसायचा. तिच्याशी बोलायचा, तिनं दिलेलं काही खायचा. हळूहळू तिच्या केसाला, अंगावरच्या जुन्या विटक्या साडीला, घरातल्या बुरशा पसाऱ्याला नीटनेटकेपणा यायला

लागला. सदानंदालाही दुपारच्याला सावली मिळाली होती. तिचं थोडं शेत होतं. ती ते गावच्या किसनबरोबर भागानं पेरायची.

या दिवसांत काय झालं होतं कळत नव्हतं, कुणी काही थोडं प्रेमाचं बोलला, प्रेमानं हात लावला, तरी सदानंदाला रडू यायचं. मास्तरनं 'फार चांगलं केलंस' म्हटलं, तरी रडू यायचं. घरातली जीवघेणी गरिबी, शाळेत इतर मुलांचा दिमाख आणि या म्हाताऱ्या बाईचा आपलेपणा यामुळे मनाचा गोंधळच उडाला होता.

वर्गात तो फाटका, संकोचलेला कसा उगी उगी बसायचा. नजर मात्र थेट मास्तरच्या शिकवणीवर असायची. सगळं हट्टानं कानात साठवून घ्यायचा. या शाळेत सोमवारी आणि बुधवारी युनिफॉर्म घालायला लागायचा, पांढरा शर्ट आणि निळी हाफपॅण्ट. त्याच्याकडे एक विटका पांढरा शर्ट होता. खाली तसलीच विटकी हाफपॅण्ट. हेडमास्तर रागावले, तर खानापूरकर मास्तर सांभाळून घ्यायचा. हेडमास्तर बरेच जाडजूड अंगाचे होते. हात लांब करून आपला मोठा सुपाएवढा तळवा पुढं धरायचे आणि तो हलवत 'नाही, नाही,' म्हणायचे! पण काही वेळानं सगळं विसरून जायचे.

सदानंद कधी विचार करायचा, ही बामणांची, कोकण कुळवाड्यांची मुलं इतकी दंगामस्ती का करतात, इतकी का हसतात? त्यांच्या घरी अन्नधान्य फार असेल, त्यांच्या बापाकडे नोटांच्या कवळ्या असतील! त्यांना माती बडवावी लागत नाही, त्यांच्या आयांना डोकीवर मडक्यांचं शिंकाळं घेऊन विक्रीला जावं लागत नाही. हा असा विचार करता करता त्याला रडू यायचं.

बापाचं एकच पालुपद होतं, ''कुंभाराच्या मुलानं शिकून काय करायचं आहे? शेवटी मातीच तुडवून ती पेटायची ना? शिकलास म्हणून कोण तुला पुढ्यात घेणार उभा करून? कुंभार तो कुंभारच. सुटका नाही.''

केरोसीन नाही म्हणून घरात रातचा एकच दिवा असायचा. बाप मडकी पेटताना तो जवळ घेऊन बसायचा. तिथंच सदानंदही अभ्यासाला बसायचा. दुसऱ्या बाजूनं बापाचं वैतागानं काहीबाही बोलणं चालूच असायचं, ''गांडूळ म्हणे सर्पाशी सोयरगतीला गेला... पूर्वी देवळाचा कळस कुंभारानं बनवलेल्या मातीच्या घुमटाचा असायचा, आता कुंभार फक्त मसणवटीवर फोडायला मडकं पेटतो... आमदाराला म्हटलं, आमच्या घरांना एकेक तरी विजेचा दिवा दे, नाही, या रॉकेलच्या दिव्यापुढेच आमचे डोळे फुटून जायचे...''

तरीही सदानंद चांगल्या गुणांनी पास व्हायचा. तीनचार नंबरच्या आत यायचा. आयला शिक्षणाचं काही कळत नव्हतं. पण तिला वाटायचं, आपला मुलगा करतोय ते सगळं बरंच करतोय. तो काही चूक करणारच नाही. सोन्याच्या गुणाचा माझा मुलगा. ती त्याच्या पाठीशी होती. पण तिचे हात दुबळे होते. नवऱ्यापुढं तिचं काही चालत नव्हतं.

मॅट्रिकला असताना त्याला वर्गातल्या एका बामणाच्या मुलीनं विचारलं, ''सदानंद, तुला मडकी करायला कळतात?''

''हो, मडकी करायला कळतात आणि गणपतीची मूर्ती पण करायला कळते. चतुर्थीला मी केलेल्या मूर्तीची लोक पूजा, आरती करतात.''

त्या मुलीचे सोनेरी डोळे नक्षत्रासारखे चकाकले. तिनं विचारलं,

''मग तू अशी जुनी, विटकी वस्त्रं का घालतोस? गरीब तुम्ही?''

सदानंद उगी राहिला.

''मग तुला एकदम जास्त मार्क्स कसे पडतात?''

''ते देव देतो.''

''कोण, तू केलेला तो देव गणपती?'' ती दोघं खळाळून हसली.

पुढचे आठ दिवस त्या मुलीचे हसरे सुंदर डोळे त्याच्या डोळ्यांपुढे येत होते. हसणं, बोलणं कानात घुमत होतं. सुलोचना स्वच्छ, सुंदर मुलगी होती; सदानंद सुंदर, हुशार मुलगा होता, पण त्यांच्या मध्ये गरिबी होती, जात होती.

सदानंदाला वाटायचं, कुंभारांनी आजवर हजारो गणपती केले, पण एकही त्यांना पावला नाही.

मॅट्रिकला तो पहिल्या वर्गात पास झाला. पण नंतर वर्षभर घरीच राहिला. कारवारला कॉलेजला जातो म्हणायचा तर बाप त्याकडे दुर्लक्ष करायचा. पैशाची रड सांगायचा. बुट्टी देऊन डोंगरात माती आणायला पाठवायचा. त्याच्या बापानं एक गोष्ट मनात घट्ट करून ठेवली होती, कुंभाराचा मुलगा कितीही शिकला, तरी त्याला कोणी जवळ करणार नाही; त्यानं शेवटी मातीच कालवायची.

शाळेत शिकत असताना देवळी, गुरव, कुळवाडी यांची मुलं अधूनमधून त्याच्या वाडीवर यायची. ते क्रिकेट वगैरे खेळायचे. ते मिळून काजू, करवंदं शोधत रानात फिरायचे. जांभळं पाडायचे. शाळा सुटल्यापासून ते सगळं बंद झालं होतं. तो तुसडा, एकलकोंडा झाला होता. बापानं काही सांगितलं, तर ऐकलं न ऐकलंसं करून जायचा, उलट उत्तरं द्यायचा. मग बापाची शिवीगाळ सुरू व्हायची.

तो मधून मधून सीताईकडे जाऊन बसायचा. सीताईलाही त्याच्या शिक्षणाचं फार कौतुक होतं असं वाटत नव्हतं. आपल्याला बुट्टी घेऊन खोरं घेऊन तळ्यावर, डोंगरात जाताना पाहिलं, तर तिला आपलं फार कौतुक वाटेल असं त्याला वाटत होतं. एक दिवस तिची साधी, धांदरट मुलीसारखी वाटणारी सून त्याला उगीच म्हणाली, ''शिकलास म्हणून गर्व आहे तुला. गोरी माणसं चांगली नसतात, हसतात दुसऱ्यांना. उगीच मोठेपणा मिरवीत दूरदूर राहतात.'' सदानंदला तिचं बोलणं विचित्र वाटलं, तिकडची ओढच मग उणी झाली.

घरात त्याचा एकच हट्ट असायचा, 'मी पुढे शिकायला कारवारला जाणार!' बाप कधी खेकसत विचारायचा, ''अरे, वर्षाला खर्च किती येणार?''

''नवे कपडे लागतील दोन जोड तरी. पुस्तकं, फी, जायला यायला एक जुनी सायकल.''

''सायकल नसली तर चालणार नाही?''

''बारा मैलांची वाट. रोज बसचं तिकीट परवडणार नाही.''

''सुरुवातीला एकूण किती खर्च येईल म्हणतोस?''

''जुनी पुस्तकं घेतली, तरी दोनअडीच हजार खर्च येईल...''

ऐकून बापाच्या डोळ्यांपुढे काळोख पसरल्यासारखं झालं. म्हणाला, ''तिथं सरकारी हॉस्टेल असतात म्हणे. जेवण, राहायला फुकट मिळतं म्हणे. तिथं राहता येणार नाही?''

''ती महार, चांभारांना. आपण वरच्या जातीचे लोक म्हणे.''

ऐकून बाप फुर्र करून थुंकी उडवल्यासारखा हसला. कुंभार आणि वरच्या जातीचे? काय खायला, काय भोगायला? आरवला महारवाड्यावर सरकारनं खांबे घालून फुकट वीज दिली आहे. आम्हांला इथं चार खांब्यांचे पैसे भरा म्हणतात. कोण कुठून भरणार, कोण त्यांच्याशी भांडणार?''

सदानंदाच्या पुढच्या शिक्षणाचं घरात अधूनमधून चालूच असायचं. पण पैशाचा आकडा राक्षसासारखा पुढं उभा राहायचा. कुंभारांना वाईट दिवस आले होते खरं. आठ दिवस खपून मडकी पेटली, तरी दोनशेअडीचशेच्या वर पैसे येत नव्हते. मडकी न खपताही राहायची. डोक्यावर वाहून नेलेली मडकी परत यायची. आलेल्या पैशांतून थोडं धान्य, मीठ-मिरची, मासे आणले म्हणजे पैसे संपून जायचे. अंगावर धड वस्त्र नसायचं. त्यात शिक्षणासारख्या 'नसत्या' गोष्टीसाठी कोण कशाला खर्च करणार!

कुंभार प्रारंभी अगदी उत्साहानं आपल्या मुलाला शाळेत पाठवायचा. तीनचार वर्षं झाली की ती रेंगाळायची, त्यांची शाळा कधी सुटली हे बापालाच कळायचं नाही. मग ती मुलं कुंभारकामाला लागली म्हणजे आईबापांना सार्थक वाटायचं. मुलानं चाक चालवणं त्यांना अपूर्वाईचं वाटायचं.

या सगळ्या अवस्थेला लाथ मारून सदानंद बाहेर पडायला पाहत होता. कुणी दिली त्याला ती जाणीव? ती आस्था आणि बळ? तो त्याचा पिंडधर्मच असावा! की शिकता शिकता झालेला साक्षात्कार?

गावात कुणी पुण्या-मुंबईहून आला, तर तो त्यांच्याकडे जायचा आणि म्हणायचा, ''मी कुंभारवाडीवरच्या यशवंताचा मुलगा. मॅट्रिक झालोय मी, फर्स्ट क्लासमध्ये. तुमच्याबरोबर येतो मी, तिथं लहानशी नोकरी करून शिकेन.''

बरेच जण राहायच्या जागेचा प्रश्न उभा करून त्याला निराश करत. एका बाजूनं मुंबईकर म्हणून मोठेपणा दाखवायचा, दुसऱ्या बाजूनं तिथलीच अडचण सांगायची, ते जीवन कठीण करून दाखवायचं.

एक दिवस तो मुंबईहून आलेल्या देवराय नायककडे गेला. त्यानं हातानं एक बिस्किट देऊन म्हटलं, ''अरे, काय आहे त्या मुंबईच्या गर्दीत? खून आणि मारामाऱ्या! बसायला जागा नाही, झोपायला जागा नाही. दोन दिवस नळाला पाणी आलं नाही, तर सगळं सोडून गावाकडे धावून यावंसं वाटतं. कुंभाराचा ना रे तू? मडकी कर, फुलांच्या कुंड्या कर, चतुर्थीला गणपतीच्या पन्नास-साठ मूर्ती कर...''

कुंभारांच्या मनावर, काळजावर तर अशी माती थोपलेली होती! एक रहाट दिवसरात्र ओढायची, डोंगरातली तांबडी माती, तळ्यातली चिकणमाती बडवायची, भिजवायची, कुजवायची, पेटायची, भाजायची! गरगर फिरणाऱ्या चाकावर काढलेल्या गळ्यासारखी ती माणसंही मन आणि इच्छा मेलेली मातीचीच होऊन गेली होती.

आता सदानंदाची उमेद मावळत चालली होती. दूर कुठंतरी झाडाखाली एकटाच बसून राहायचा. घरच्या कामालाही हात लावत नव्हता. बापच नव्हे, तर वाडीवरचे इतर लोकही त्याला एक वाया गेलेला मुलगा समजत होते.

बाप म्हणायचा, ''इथं बापाबरोबर कामं करावी लागतील म्हणून कारवारला जाऊन मजा मारायला बघतो. शिकायचंच होतं, तर बामणाच्या घरी जन्माला यायला हवा होतास. कुंभाराच्या खोपटीत कशाला जन्माला

आलास? जन्म तसा धर्म. आपला धर्म सोडलेल्यांचं कधी भलं होत नाही.''

एक दिवस सदानंद बहिणीच्या घरी असनोटीला गेला. त्याच्यापेक्षा चारपाच वर्षांनी मोठी बहीण विश्रांती त्या गावी दिली होती. विश्रांती कपाळावर एवढं मोठ्ठं कुंकू लावायची. दुरून ती दिसायच्या आधी तिचं कुंकू दिसायचं. घरात कामं करत नाही म्हणून आई लग्नाच्या आधी तिला बोलायची. दिवसभर वाडीवरच्या घरांतून फिरत असायची. नेहमी आई तिला मोठमोठ्यानं बोलवत राहायची. मग कुठल्या तरी घरातून 'येते गं' म्हणून ओ द्यायची आणि धावत यायची. विहिरीवर गेल्यास आधी कुणाच्या तरी घरात एकदोन कळशा पाणी नेऊन घालायची. मग कळशी घेऊन आपल्या घरी यायची. प्रेमळ, मोकळ्या मनाची. आधीच हसरा स्वभाव, सगळी कामं हसतच करायची. सासू कधी शेजारणीला म्हणायची, आमच्या घरात वर्षभर जाई फुलते.

कुंभारधंद्याशिवाय त्यांच्याकडे थोडं शेतही होतं, चार तरी महिन्यांचं पोट होईल एवढं. ते एका कुळवाड्याकडून नांगरून घेऊन पेरायचे. एकदोन वर्षांत विश्रांतीनं सासऱ्याकडून बरंच शेतकाम शिकून घेतलं होतं. आता सासरा आणि सूनच शेताचं काम बघत होते. सासरा खोरं खांद्यावर घेऊन निघाला म्हणजे सुनेला म्हणायचा, ''ये गं लवकर बुट्टी घेऊन शेतात.''

सदानंदानं येऊन बहिणीला, भावजीला सांगितलं, ''शाळा, कालेजला प्रवेश घेण्याचे दिवस जवळ आलेत. मी या वर्षीतरी कालेजला जावं म्हणतो. खर्चाच्या कारणानं बाबा नको म्हणतो.''

''किती खर्च येणार?'' बहिणीनं विचारलं.

''कुणाची तरी जुनी सायकल घेतली, तर पुस्तकं, फी धरून आधीच दोन-अडीच हजाराच्या वरच लागतील.''

विश्रांती अगदी व्याकूळ होत नवऱ्याकडे पाहत होती. त्यानं म्हटलं, ''कुंभारानं कितीही उड्या मारल्या, तरी एका मुठीनं तीनशे-चारशेच्या वर उभे करता येणार नाहीत. बापाला सांगून बघतो, काय म्हणतो ते पाहतो.''

बहिणीचा एक दीर होता, तो या वर्षी सातवीला शिकत होता. उगीच आशाळभूत नजरेनं सदानंदाला केव्हापासून पाहत होता तो.

या असनोटी गावच्या कुंभारांच्या मडक्यांना गावात किंमतच नव्हती. एक पावसाळा त्यात मीठ भरून ठेवलं, तर त्याला छिद्रं पडायची. इतर गावचे लोक त्यांना हसायचे, चिडवायचे. म्हणायचे, तुमच्या तळ्यात म्हसरं

बसतात म्हणून तुमची माती शेणाची. इतरांकडे पोळ्याला भोकं तर तुमच्या तव्यालाच भोकं!

दुसऱ्या दिवशी बहिणीचा सासरा म्हणाला, ''बघतो प्रयत्न करून. माझा एक लहानपणीचा मित्र रामेश्वर साळुंखे सुभेदार होऊन रिटायर झाला आहे. मागितले तर माझा शब्द म्हणून उधार देईल हजारभर. चारेकशे मी माझ्याकडचे देईन. तू पुढं शिकतो म्हणतोय म्हणून.''

''माझ्या बाबाला ते काही कळत नाही, नकोच म्हणतो.''

''गरिबी आणि अडचण यांमुळे माणसाला पुढचा विचारच करवत नाही. आजची भूकच खरी वाटते. तुमच्या सगळ्यांची भूक भागावी म्हणूनच खपतो ना तो?''

सदानंद उगीच राहिला.

''तुझ्या बाबाला एक दिवस येऊन जा म्हणून सांग. रागच फार त्याला. आधी विचारलं पाहिजे त्याला कर्जाविषयी. कुंभारांना मातीतून वर येणं कठीण आहे बाळा. पाय गुडघ्यापर्यंत रुतलेत. तू करच काहीतरी.''

सदानंदानं घरी येऊन ही गोष्ट आधी आईला सांगितली. म्हटलं, ''बाबाला कसंतरी पाठव तू विश्रांतीताईच्या घरी.''

आईनं चाकावर गळे काढत असलेल्या नवऱ्यापुढं जाऊन भीत भीत सांगितलं, ''शिकणारच म्हणतो तो कारवारला जाऊन. विश्रांतीच्या सासऱ्यानं थोडं कर्ज काढून, थोडे त्याचे मिळून पैसे देतो म्हटलं आहे. तुला बोलवलं आहे असनोटीला. तुझी संमती हवी.''

आधीच वेगानं फिरणारं चाक नवऱ्यानं अजून वेगानं फिरवलं. चाकावर दोन्ही हातानं धरलेली माती फुर्रऽ वर उडाली. मग तो ओरडला, ''नंतर ते कर्ज कसं फेडणार म्हणे? बाप मेल्यावर बापाची हाडं विकून? तू रांड, तुलाही अक्कल नाही. सोयऱ्यांकडे तो भीक मागायला गेला होता.''

''उद्या शिकून नोकरी लागल्यावर व्याजासह थोडं थोडं करून फेडणार तो.''

''केव्हा, किती वर्षांनी? कुंभार कितीही शिकला, तरी कुंभाराला कुणी विचारणार नाही. कुंभाराच्या हातालाही माती आणि तोंडातही माती. तू पुढं काही बोललीस, तर टाळक्यावर पेटणं हाणीन.''

सदानंद ऐकत घराच्या पायरीवर उभा होता. तो रागानं इतका बेफाम झाला, तो धावत पुढं आला आणि ओरडला, ''ते पेटणं आणि तुझी ती मडकी, डोक्यावर मारून घे. जन्मभर मडकी पेटतोयस, पोटभर अन्न नाही, चांगलं एक वस्त्र नाही, कुळवाड्याच्या मुलांकडून भीक मागून जुनी पुस्तकं

आणून शिकलो मी. आता कसंतरी पुढं शिकतो म्हटलं तर दगड घालतोस. मी आता या घरात राहणार नाही.''

कालच आव्यातून काढलेली नवी मडकी अंगणात होती. रागाच्या भरात त्यानं एक काठी उचलली, एका दणक्यात त्यानं तीन मडकी फोडली. मग काठी तिथंच टाकून तो वाडीबाहेर धावला. आहोळ आणि समोरचा रस्ता यांच्या मध्ये एक लहानशी बसकी टेकडी होती. तिथं रान होतं, त्यात तो शिरला.

बाप त्याला पाठीमागून शिव्या देतच होता, आई त्याच्या मागून येऊन ओहळाच्या बांधावर काही वेळ उभी राहिली. तो कुठं दिसत नव्हता. मग ती उगी परत आली.

बापाचा राग आता शांत झाला होता. तो उगी मुका झाला होता.

तिन्हीसांजा झाल्या, रात्र पडायला आली, तरी सदानंद घरी आला नाही. मग आईनं चिमणी पेटवली. धाकट्या मुलाला घेऊन ती टेकडीच्या बाजूनं गेली. चिमणी विझू नये म्हणून पदराचा आडोसा घेत होती. रडल्यासारखी काहीबाही बोलत होती. टेकडीजवळच्या शेताच्या बांधावर बसून दाट काळोखातून व्याकूळ होत ती मुलाला बोलवत होती, ''माझ्या लेकरा, बाळा सदानंदा, ये रे!''

तिचं ते बोलवणं, हाका मारणं, घारीच्या रडण्यासारखं सगळ्या अंधारलेल्या परिसरात घुमत होतं.

काही वेळानं आणखीही काही कुंभार, त्यांच्या बायका तिथं आल्या. ते म्हणाले, ''रात्रीच्या अंधारात तो रानात कसा बसून असेल? शहाणा मुलगा तो. कुठं गेला तरी माणसं कमावेल. उपाशी पडणार नाही.'' तरी ते टेकडीच्या कडेकडेनं जाऊन आले.

घरी आले, तर बाप यशवंत कपाळावर हात घेऊन मुक्यानं बसून होता. आता तो रडायला लागला.

विधवा बायांनी करायची बिनगळ्याची मातीची भांडी - मायट्या, तवे, कढया, साणकं, पणत्या - सीताई आणि तिची विधवा सून तारा मिळून करत होत्या. कुणी आवा टाकताना दिसला की त्यांच्या मडक्यांमध्ये त्या आपली बारकी भांडी रचून ठेवत. कुणी काही म्हणत नसत. परंपरेनंच ते चालून आलं होतं.

विधवा बायकांनी करण्यासाठी म्हणून सोडलेली ही बिनगळ्यांची भांडी वाडीवर कुणी सवाष्ण बाई किंवा पुरुष कधीच करत नसत. आपल्या

आव्यात ती भाजायला टाकताना कुणीच कधी नको म्हटलं नव्हतं. लोक तो नियम निष्ठेनं पाळत आले होते.

तारा ही भांडी बुट्टीत घालून विकायला नेई. एक दिवस तारा न खपलेली भांडी घेऊन आली आणि तिनं बुट्टी जरा जोरानंच ओसरीवर आपटली. खळखळ आवाज आला. सीताईनं बाहेर येत विचारलं, ''काय झालं गं! भांडीही तशीच आलीत.''

''तुझ्या या मातीच्या करवंट्या कुणाला हव्यात? घराघरांतून आता लोखंडाचे, आलीमनचे तवे आणि कढया. लोक म्हणतात, आता आम्हांला मडक्यांबरोबर बिनगळ्यांची सगळी भांडी मिळतात.''

सीताईच्या छातीत धस्स झालं. कुंभार पूर्वी कधी गळ्याची आणि बिनगळ्यांची मातीची भांडी एकत्र विकत नसत. ''आता असं कसं हे अवलक्षण! आपल्या पोटावर मारणं हे! कसं होईल आपलं, सूनबाई? तुला कुळवाड्यांच्या शेतात काम करणं झेपेल का गं?''

सीताईनं नुसता घोर लावून घेतला होता. हे असंच चाललं, तर नातवंडांना कसं वाढवायचं? तारा तर अगदी अजागळच आहे!

एक दिवस नातवाच्या औषधासाठी किराइताची पानं हवी होती म्हणून गोपाळच्या घरापाठीमागे गेली असताना तिथं पंधरा-वीस मायट्या सुकत घातलेल्या सीताईला दिसल्या. तिला फार राग आला. गोपाळच्या घरात विधवा बाई कुठून अवतरली? गोपाळ तर अजून मरायचाच आहे! की तो लवकर मरावा म्हणून त्याची सवाष्ण बायको मायट्या करत्येय! तिरीमिरीत ती तशीच गोपाळच्या घरासमोर आली. ''गोपाळ, तुझ्या घरात कोण पुरुष मेला आहे? कोण रांड झाली आहे रे? की नाडा ठेचलेले पुरुष आणि नवरा मरावा म्हणून मागणाऱ्या बायका या बिनगळ्याच्या मायट्या करायला लागले आहेत?''

गोपाळ फेफे करून काहीतरी बोलत होता. बायको गुलाबी रोखून पाहत दारात उभी होती, जशी काही ती भांडायला आपली बाजू ठरवत होती. सीताई तशीच गेली आणि वृद्ध सोयरूला घेऊन आली. त्याला तिनं घरामागे सुकत घातलेल्या मायट्या दाखवल्या. म्हणाली, ''पूर्वजांपासून हा बिनगळ्याचा धंदा आम्हांला सोडला होता. आता सवाष्ण बायकाही अशी भांडी करायला लागल्या म्हणजे आम्ही काय करायचं, आम्ही काय खायचं?''

सोयरूचं आता फार वय झालं होतं. सीताई लग्न होऊन आली होती, तेव्हा त्याची मुलं मोठी झाली होती. आता तो जाड भिंगाचा चश्मा लावून

घराच्या ओसरीवर नाही तर आंब्याच्या झाडाखाली उगी बसून राहायचा. तो गोपाळच्या घरापुढे येऊन उभा राहिला. म्हणाला, ''वाईट कृत्य हे. कुंभाराच्या नावाला काळं लावतात हे. धर्मानं सांगून दिलेलं मानत नाहीत. अशानं लवकर नाश पावेल कुंभारवाडी. पूर्वजांची शास्त्रं मोडली, तर कुणाचंच भलं होणार नाही.''

सीताई मध्येच म्हणाली, ''स्वार्थासाठी शास्त्रं भाजून खाल्लीत त्यांनी. सगळे तुमचे आता एकाच वेळी अंथरुणाला खिळतील, पाणी द्यायला कोण उरणार नाही तुम्हाला.''

गोपाळचा धाकटा भाऊ विश्राम अंगणात माती बडवत होता. ती तशीच टाकून कुडती हातात धरूनच तो पुढं आला आणि रागानं ओरडला, ''मघापासून ऐकतोय मी सीताई, वाईट शिव्या देतेस. तू कुठल्या शास्त्राच्या गोष्टी सांगतेस? पुराणातली वानगी. आता लोकांना मडक्याबरोबर झाकायला मायट्याही पाहिजेत. तुमची वाट पाहत बसायला वेळ नाही त्यांना. का म्हणून तुमची वाट पाहावी? जग बदललंय आता. आग पेटलीय सगळीकडे. पोट भरल्यावरच ते नीती आणि नियम. नाहीतर सगळं चुलीत टाकायचं.''

''पोट भरायला म्हणून कुणी गू खात नाही.''

''तो तर तुमच्या तोंडात पडलाच आहे. म्हणून मायट्या, पणत्या करून रडत असता, तू आणि तुझी सून.''

ते सीताईच्या मनाला खूप लागलं. ती सगळ्या घरच्यांनाच शिव्या द्यायला लागली. आता त्यांच्यात मोठं भांडण सुरू झालं. गोपाळ आणि त्याची बायको पुढं होत हात हलवत शिव्या देत होते. त्यांच्या आरडाओरडीनं सगळा वाडा दणाणून जात होता. त्या सगळ्यांना सीताई एकटीच तोंड देत होती. तिची सून सासूची बाजू घेत चिरक्या आवाजात काही तरी बोलत होती, तेव्हा तिलाही शिव्या खाव्या लागत होत्या.

आता पुरशा, शिवराम, विष्णू तिथं येऊन उभे राहिले होते. त्यांनी भांडणाऱ्यांना बाजूला केलं. गोपाळला, विश्रामला घरात ढकललं. पुरशानं सीताईला म्हटलं, ''सीताई, उगीच भांडतेस तू, उगीचच रक्त आटवतेस. आता काळ बदलला आहे. आता काहीच करता येणार नाही. प्लास्टिकची, स्टीलची भांडी आली, लोक मडक्यांना उणं लेखायला लागले. काय करू शकलो आम्ही? शास्त्र पाळलं, तरी मरण आणि सोडलं तरी मरण!''

अंगणात आजूबाजूला असलेले लोकही तेच बोलत होते. ''जग कुठल्या कुठं पोहोचलं आहे. आता या धंद्यात राम उरला नाही. आता पूर्वीचं घेऊन बसून उपयोगाचं नाही. सोडून द्यायचं सगळं.''

ते सीताईच्या कानावर गेलं. ती म्हणाली, ''काय सोडून द्यायचं? उद्या रांड बायकांनी चाक फिरवून गळे काढले तर काय वाटेल तुम्हांला? दगड उचलून मारायला याल, रांडांनी पोटात गर्भ वाढवला म्हणून.''

कुणीतरी लगेच म्हटलं, ''कुणी अडवलंय, कुणी नको म्हटलंय? असा ना तसा, कसाही गर्भ वाढवला तरीही कुणाला काही पडून गेलेलं नाही.''

सीताईचं काळीज दुखावलं. सगळ्या वाडीचं ओझं माझ्याच खांद्यावर आहे असं मला वाटायचं. गावचे लोकही मला मानायचे. पण आता असे कसे बोलायला लागलेत हे? काळाला काटे फुटायला लागलेत हेच खरं! तिच्या डोळ्यांत पाणी आलं. ती मनातून रडतच घरी आली.

घरी येऊन ती काळोख पांघरून घेतल्यासारखी उगी आतल्या बाजूला बसली. लोकांचा एकेक शब्द तिला डंख देत होता. तिला उगीच वाटत होतं, आता वाडीवरच्या दोनचार बायका माझ्यापुढे येऊन बसतील. पण कुणी आलं नाही.

सून रांधायच्या कामाला लागली होती. तिथून येणारा भांड्यांचा आवाजही तिला सोसवत नव्हता. ती सुनेवर खेकसून म्हणाली, ''तुझ्या नवऱ्यापासून दोन पोरं झाली होती तुला. आता आणखी चाकावर गळे काढायला मिळतील म्हणून फुरफुरतेस तू. काढ गळे, कुणी अडवणार नाही तुला, कुणी काही म्हणणार नाही.''

ते ऐकून सुनेला अचंबा वाटला. अशी कशी बोलली ही, डोकीत वेड भरल्यासारखी? ती रागातच बाहेर आली, ''अशानं खरंच वेड लागेल तुला. सोडून दे आता वाडीला, गावाला. म्हणत होतीस ना मला शेतकामाला मजुरीला जा म्हणून. जाईन मी! वाडीवर कुणाचं अंग ऊन झालं, पोटात दुखायला लागलं, तर रात्रीअपरात्री धावायचीस तू. आता तुला मी घरातून पाय बाहेर टाकायला देणार नाही. कवाडाला पाठ लावून उभी राहीन.''

सीताई रात्रभर तळमळत चटईवर पडून होती. विचार करत होती, तळ्याला बांध येऊन पूर येईल तेव्हा येईल. तेव्हा कुंभारांना मरायला निमित्त तरी मिळेल. आत्ताच मरणाची घरघर लागली आहे. आपसातली भांडणं सोडा, पण कुंभारांनी कुणाचं काय वाईट केलं होतं? माती पेटताना कधी चुकून किडामुंगी मारली असेल! एरवी उन्हात शेतातल्या विहिरीचा तळ स्वच्छ दिसतो तसं निर्मळ जगणं. आंब्यापेक्षा आंब्याची कोय चाखायला गोड मानून घेणारी ही माणसं. कसं झालं हे पाणी इतकं गढूळ...?

अर्धवट झोपेत तळमळताना ती पुसट पुसट आठवणींतून मागं मागं जात राहिली...

...मी आणि शिवरामची आय गौरी डोकीवर मडक्यांची ओझी घेऊन रानातून देवगाळीला जात होतो. वाटेत मध्येच मधमाश्या उडाल्या आणि आमच्या पाठी लागल्या. वर पाहतो, तर एक अस्वल डोकीवरचं मधाचं पोळं फोडून मध खात होतं. आम्ही ओझी घेऊनच धावायला लागलो. मधमाश्या पाठ सोडीनात. मग ओझी कशीतरी खाली आपटून अंगावरचं कापड सोडवून डोकीपर्यंत गुंडाळून घेतलं. तिथंच पडून राहिलो, माश्या जाईपर्यंत...

...तिनं एक मडकं उधारीवर घेतलं. मी दिलं आणि पुढं चालायला लागले. त्या बाईनं मला परत बोलवून घेत म्हटलं, ''तुम्ही कुंभार म्हणे देणं राहिलं, मागंपुढं झालं, तर 'याचं मडकं स्मशानातल्या सरणावर लवकर फुटू दे' म्हणून शाप देता!''

मी हसले. त्या बाईनं आत जाऊन दोन मापं तांदूळ आणून पिशवीत टाकले. म्हणाली, ''सांजेच्या जेवणासाठी ठेवले होते...''

आता मरणकळाच लागली आहे वाडीला. कुणी मरणाला लागणारी मडकी न्यायला आला, तर माझं घे, माझं घे म्हणून पुढं पुढं करतात. नऊवारी कापड नेसणाऱ्या स्त्रियांच्या कासोट्याला हसतात, सवाष्ण बाया बिनगळ्यांची भांडी करतात...

केव्हातरी तिला झोप लागली. झोपेत स्वप्नांची मालिका...

एक मोठं, खूप मोठं कुंभाराचं चाक. त्याचा मधला भोवराच जात्याएवढा. तो फार वेगानं फिरतोय. त्याच्या गरगर फिरण्यात सगळा वाडा सामावून गेलाय. तिचा बाप वाकून त्यावर गळे काढतोय. भोवऱ्यावरची माती वेगानं फिरत्येय, छातीएवढं उंच लिंग उभं राहतंय. कुणाचा तरी गळा दाबल्यासारखा माती दाबून दाबून बाप गळे काढतोय. लहानमोठ्या गळ्यांच्या रांगा पडलेल्या आहेत. कधी ते जमिनीत पुरलेल्या मुंडक्यासारखे दिसतात तर कधी हसणाऱ्या तोंडासारखे. बाप ते सारे गळे घराएवढ्या बुट्टीत भरून डोकीवर घेतो आणि वडाच्या झाडानं पावलं टाकावीत तसा चालायला लागतो...

मागून ती अवचित पुढं होते. चाक भिंगरीसारखं गरगर फिरवते. भोवऱ्यावर माती थापून वेडेवाकडे गळे काढते, फेकते, काढते, फेकते. अर्धवट, वाकडेतिकडे गळे... स्वतःशीच ती खूप हसते...

...तिकडून देऊआज्जा येतो. त्याचे डोळे रागानं तांबडेगुंज होतात. तो तिच्यावर खेकसतो, ''याद राख, यापुढे चाकाला हात लावलास तर! कातडी सोलून काढीन. तू मुलगी आहेस, स्त्री आहेस. हे पाप करू नकोस. चाकाचा भोवरा म्हणजे दादला तो...''

खरं तर अकराबारा वर्षांची असताना कधी बापाबरोबर, कधी चुलत्याबरोबर खेळता खेळता चाक फिरवायला, भोवऱ्यावर माती खेळवायला ती शिकली होती. नहाण आल्यावर सगळंच सुटलं.

रात्रभर अर्धवट झोप आणि स्वप्नं. तरीसुद्धा ती सकाळी लवकर उठली. आता जणू तिला साऱ्या वाडीचा सूड घ्यायचा होता. त्यांच्या नाकावर टिच्चून चाक फिरवायचं होतं, गळे काढायचे होते. ''आजवर हे सगळे दोरीचे साप होते, पण आता त्यांना विष भरू लागलं आहे. भूक म्हणतात ती उकळती काहील, हे आता मलाही मानलं पाहिजे. आजवर मी सगळी शास्त्रं मुक्यानं मानली. शास्त्र पाळणाऱ्या घरावरच संकटं जास्त!''

विहिरीवर जाऊन दाताला राखुंडी लावून तिनं तोंड धुतलं. येताना कळशीभर पाणी घेऊन आली. सुनेनं रगड्यावर तांदूळ वाटून थोडं पीठ केलं होतं. वस्त्राच्या तुकड्यावर पीठ धबधब थापून ती भाकऱ्या भाजत होती. नातू नुकताच उठला होता. तो आता पाचवीला शिकत होता. त्याला शाळेला जायला हवं होतं. ती एक भविष्याची आशा होती. त्याला थोडंफार शिकवायला हवं होतं.

सीताईनं शिडी आणून घरातल्या पोटमाळ्याला लावली. हट्टानं जशी ती देह ओढून घेत पोटमाळ्यावर चढली. मुलगा गेल्यावर बसकी, चाक वर चढवलं होतं ते तिथंच होतं. तिनं जरबेनं सुनेला हाक मारली. नातवालाही हात लावायला सांगितलं. चुलीतल्या निखाऱ्यावर ठेवलेली भाकरी बाजूला काढून तवा चुलीवर तसाच रिकामा सोडून सून आली. चाक खाली घेताना सुनेच्या कमरेचा काटा, बरगड्या तुटून पडाव्यात तशा वाकल्या होत्या. फक्त हाडंच, मांस दिसतच नव्हतं. सीताईनं मनात म्हटलं, ''ही तर पुरती भागलीय. अशी उपाशीपोटी मरून गेली, तर मुलं पोरकी होतील. मुलांचं सोड, हिला आधी वाचवायला हवं. रांधलेलं माझ्या ताटात घालते, मुलांना भरवते आणि स्वतः चोरून खाल्ल्यासारखं इतकंसं खाते. चांगल्या जातकुळीचीच आहे ती. तिचा बाप म्हणे, दुकानावरून येताना कांबळ्याच्या खोळीतून गुळाचे तुकडे आणायचा आणि वाटभर मुलांना द्यायचा.''

चाक आणि बसकी आणून तिनं तशीच अंगणात वाकडीतिकडी टाकली. ती नजर ठेवून होती, चाक पाहून कुणी काही बोलतो काय ते पाहत होती. पण सगळे पाहून न पाहिल्यासारखे करून जात होते. सीताईला ते फार वाईट वाटत होतं. तिला वाटत होतं, कुणी लहानथोरानं म्हणावं, ''सीताई, कोण फिरवणार गं ते भारी चाक? कोण भोवऱ्यावर माती थापून गळे काढणार? तुम्हा बायांना झेपणार नाही ते. शास्त्र अगदीच सोडून देऊ नकोस!''

पण सगळा गाव जन्माचा शत्रू झाल्यासारखा. कुणी काही बोलत नव्हतं. तिला वाटलं, आता पाणी गळ्यापर्यंत पोहोचलं आहे!

दुसऱ्या दिवशी सकाळीच तिनं बसकी जमिनीत रोवली. त्यावर चाक ठेवलं. भोवऱ्याच्या सभोवती चाकाचा तोल नीट राहतो का ते चाक हळूहळू फिरवून पाहिलं. तास-दोन तास ती चाकाशी झुंजत होती.

एका मडक्यात कालच तिनं माती भिजत टाकली होती. तिनं नातवाला म्हटलं, ''आण माती, आण!''

नातवानं मडक्यातली माती घमेलीत घालून आणली. तिचा नीट गोळा करून तिनं चाकाच्या भोवऱ्यावर थापला. नातवाच्या हातात ती बारकी काठी दिली आणि ती चाकाच्या आऱ्यामध्ये धरून चाक जोरानं फिरवायला सांगितलं. ती स्वतः भोवऱ्यावर माती धरून मूठ फिरवून लिंग उभं करू लागली. सून दारात उभी होती. ते बघून ती नवरा नुकताच मेल्यासारखी रडत ओरडली, ''काय करतेस गं पापिणी? का म्हणून मरायला निघालीस?''

वाडीवरची काही माणसंही दूर उभी राहून मुक्यानं पाहत होती.

तिनं सगळ्यांकडे दुर्लक्ष केलं. माती ओंजळीत आवळून धरून चाकाबरोबर लिंग उभी करू लागली, त्यात बोटं खुपसून गळे काढू लागली. अवसर आल्यासारखं तिनं वेडेवाकडे चार गळे काढले आणि ओळीनं उभे केले. त्यांना पाहत काही वेळ स्तब्ध उभी राहिली. मग अगदी थकून गेल्यासारखी येऊन अंगणाच्या मेरेवर बसली. तिला आता रडू कोसळू लागलं. मेरेवर बसून ती रडत राहिली. एकटा शाणू येऊन तिच्यासमोर उगी उभा होता. भिजलेल्या डोळ्यांनी तिला पाहत होता.

धर्मूचा धाकटा भाऊ शाणू, सावळा, ठेंगणा, पण अंगानं, हाडापेरानं मजबूत होता. त्याचा एक पाय किंचित तोकडा होता. म्हणून तो चालताना जरा लंगडत चालायचा. तरी कुंभाराची सगळी कामं तो नीट करायचा. तळ्यावर जाऊन बुट्ट्या भरून माती आणायचा, ती बदडून भिजवायचा, आवा पेटवायचा, भावाच्या बायकोबरोबर मडक्यांची ओझी घेऊन विक्रीला जायचा. कुळवाड्यांनी बोलवलं, तर कापणीमळणीला मजुरीला पण जायचा. मोठा भाऊ धर्मू, तो फक्त चाकावर गळे काढणं व ते पेटून मडकी करणं एवढंच काम करायचा. मातीही त्याला बसल्या ठिकाणी आणून द्यावी लागायची. बाकी सगळी कामं त्याची बायको आणि भाऊ शाणू करायचे. धर्मू कधी दारू पिऊन घरातल्यांना वाईट शिव्या द्यायचा. पण शाणू कधी त्याला उलट उत्तर देत नसे. तो लोकांना सांगायचा, ''दारू प्यायला लागल्यापासूनच तो असा वागतोय. आमचा बाप लहानपणीच मेला, तेव्हा त्यानंच आम्हां भावंडांचा नीट सांभाळ केला आहे.''

पण ते तेवढंसं खरं नव्हतं. शाणूपाठच्या दोघी बहिणी लग्नाच्या झाल्या, तरी तो त्यांच्या लग्नाचं मनावर घेत नव्हता. तेव्हा शाणू आणि धर्मूच्या बायकोनंच धर्मूचा पाठपुरावा करून हरप्रयत्नानं त्यांची लग्नं लावून दिली. आता त्या लेकुरवाळ्या झाल्या होत्या. पण शाणूच्या लग्नाची गोष्ट कुणीच काढत नव्हता. धर्मूला म्हटलं तर तो म्हणायचा, ''त्या लंगड्याला आणि कोण मुलगी देणार?''

कुंभाराचे मुलगे वीसबावीस वर्षांचे झाले की लग्न व्हायला फुरफुरायचे; पण शाणू अठ्ठावीस वर्षांचा झाला, तरी त्याच्या लग्नाचं कुणी बोलत नव्हता. मग भावाच्या बायकोलाच पुढाकार घ्यावा लागला. तिनं मिळेल त्याला सांगून शेवटी एक मुलगी बघितली. मुलगी मल्लापूरजवळच्या एका रानातल्या गावातली होती. नवरा, दीर आणि वाडीवरच्या चारपाच जणांना

घेऊन ती त्या रानात गेली. त्या लोकांकडे जाऊन त्यांना असं तसं सांगून लग्नाची तयारी केली. जाताना थोडा गूळ आणि तांदळाचं पीठ नेलं होतं. त्याची गुळवणी त्या लोकांकडूनच करून घेतली. त्या लोकांनी भात आणि सोबत मिरच्याखोबरं वाटून कोकमाची कढी केली होती. कोवळ्या फणसाची भाजी पण केली होती.

कुणी भट नव्हता, वाजंत्रीही नव्हते. गळ्यात बकुळीच्या माळा तेवढ्या घालून लग्न लागलं. त्यात आणखी जवळच्या घरातला माणूस वेदनेनं सारखा ओरडत, रडत होता. चार दिवसांपूर्वीच तो मध काढायला झाडावर चढला होता. त्या झाडावरून पडून त्याच्या बरगड्या मोडल्या होत्या.

मुलगी काळीशी पण अंगाबांध्यानं सुदृढ होती. वयानंही शाणूला शोभेशीच होती. येताना वाटेवर ती एक शब्द बोलली नाही. फक्त हुं हुं करून उत्तर द्यायची. घरी आल्यावर कळलं, ती नाकातून बोलते म्हणून. ऐकून भावाची बायको निराश झाली, तिचा उत्साह मावळला. ती दीराला म्हणाली, ''न पाहता तिला मीच बांधली तुझ्या गळ्यात!''

शाणू म्हणाला, ''धरायचं नाही ते वहिनी, मी नाही का असा पांगळा आहे? देवच देतो ते सगळं. नाही तर आपण त्या रानातल्या हपकुळे गावात कसे पोहोचलो?''

पण मुलगी अंबी मायाळू होती. एक शब्द खाली पडू देत नव्हती. डोळ्यांतून नेहमी थोडं थोडं हसत राहायची. वाटायचं, नाकातून नाही, ती डोळ्यांतूनच सगळं बोलत्येय. ती उमेदीनं नवीन कामं शिकत होती. शाणू काही दिवसांतच तिच्यावर जीव लावून बसला होता. तळ्यावर माती आणायला गेले, तर काही वेळ रानातून फिरून यायचे. ती रानफुलं खुडायची, रानातल्या सगळ्या झाडांची नावं ती शाणूला सांगायची. शाणूला वाटायचं, आपणाशी बोलताना तिचं बोलणं जास्त नाकसुरं होत नाही. दोघं रानात लाकडं आणायला गेली, तर आल्यावर भावाची बायको विचारायची, ''इतका वेळ काय करत होता रे रानात? का चंदनाची लाकडं शोधत फिरत होतात?''

मुलगी कुसुनुसु हसायची. तेव्हा ती काळसर नव्हे, तर लालसर झालेली दिसायची.

कुठलंही काम करताना शाणूला ती जवळ हवी असायची. नाहीतर त्याची नजर भिरभिरायची. उगीचच हाका मारून बोलवायचा. हे आणून दे, ते आणून दे करायचा. एकदा तिला तो म्हणाला, ''तू फारच लाजतेस मला. लाजेनं डोळे झाकतेस.''

''तू लाजण्यासारखंच करतोस मला. सुभद्रीआज्जी कधी सांगायची, हसणं आणि लाजणं हे दोन दागिने आहेत बायकांच्या अंगावरचे.''

''दोन्ही आहेतच तुझ्या अंगावर. आता मी तुला खराच सोन्याचा दागिना करून घालणार आहे अंगावर.''

अंबी खरंच आनंदित झाली.

शाणूनं तिला एकदा सांगितलं, ''चांदण्याच्या दिवसांत मडकं पेटताना नुसतं धावतं पेटण्याबरोबर. काळोखाच्या दिवसांत ते जड होतं. आपले पूर्वज म्हणे पूर्वी दर पुनवेला उघड्यावर कोंडाळं करून बसायचे, आणि गाणी, भजनं म्हणत तालावर मडकं पेटायचे, 'रामकृष्ण हरी, जय जय रामकृष्ण हरी... ठोबा ठोबा, विठ्ठल रखुमाई ठोबा...?' येत्या शनिवारी, रविवारी काणकोणला शिमग्याची जत्रा. दोन ओझी मडकी घेऊन जाऊ या आपण. मडकी विकायची आणि जत्राही करायची.''

लग्नानंतर दोन वर्षं व्हायला अंबीला दिवस गेले.

अंबीला आवडतात म्हणून तो बोरं, चिंचा कुठून कुठून शोधून आणायचा. अंबीला आवडतात म्हणून माजाळी बाजारातून गरम भजी आणायचा. अंबीला आवडतो म्हणून कारवारच्या बाजारातून खजूर आणून मडक्यात घालून ठेवला होता.

बाळंत होताना अंबी गेली. दोन दिवस ती वेदनेनं नुसती वळवळत होती. दातओठ चावत ओरडत मेली. शेवटी मेलेलं मूल बाहेर आलं. म्हणजे सुईणीनं ओढूनच बाहेर काढलं. पाठोपाठ रक्ताची धार लागली, ती थांबलीच नाही. आजपर्यंत कुंभारांच्या गरोदर बायकांनी कधी हॉस्पिटलचं तोंड पाहिलं नव्हतं. अंबीही वाडीवर बाळंत होतानाच मेली.

गावच्या भटानं सांगितलं, अपवित्र, वाईट मरण हे. स्मशानावर जाळता येणार नाही. पुरावंच लागेल कुठंतरी मुलासह. पण कुळवाडी शेताच्या आसपास कुठं पुरायला देत नव्हते, म्हणून रानाच्या बरंच आत नेऊन पुरावं लागलं.

शाणू दुःखानं वेडा झाला. सीताईच्या ओसरीवर येऊन बसायचा आणि रड रड रडायचा. वाडीच्या कडेवर येऊन अंबीला नेली त्या वाटेकडे बघत राहायचा. तिथंच मातीत बसून कपाळावर हात बडवत म्हणायचा, ''बऱ्या गुणाची होती हो ती, मला वेडं करून गेली. मी मरणार आता.''

भावाची बायको सावरायला पाहत होती. सांत्वन सांगायची, पण तो काही ऐकत नव्हता.

आठच दिवसांनी बातम्या यायला लागल्या, रानात लाकूडफाटा आणायला गेलेल्यांना अंबी घाबरवते. जास्ती करून कुळवाडी सांगायचे, पाठीमागून भारा धरून ओढते. मागे वळून पाहायला गेल्यास झाडांतून सरसर करत धावते. कधी ओझ्यावरच बसते. ओझं जडगोळा होत जातं. रानात कुठंही रडत बसते, तो आवाज कधी जवळच, कधी दुरून, ऐकायला येतो...

ते ऐकून शाणू संभ्रमित झाला. त्याचा मेंदू बधिर झाला. नंतर खरंच शेताच्या बांधावरून, ओहोळाकडून किंकाळ्या फोडल्याचा आवाज रात्रीचा ऐकू यायला लागला. कधी त्या किंकाळ्या अंधारात रानापासून सुरू होऊन वाडीजवळच्या ओहोळापर्यंत पोहोचायच्या. त्यात कुळवाड्यांच्या एका बाईच्या अंगात आलं. ती अंबीचं नाव घेत घुमायला लागली.

दोघं कुळवाडी एक दिवस वाडीच्या वेशीवर उभे राहून कुंभारांना धमकावायला लागले, ''लोक शेतात, रानात जायला घाबरतात. गाव धास्तावून गेलाय. काहीतरी देवाचं, शास्त्राचं करा. धाडीला बोलवून आणा. भुताला शांत करा, त्याला बांधून ठेवा, नाही तर तुम्हांलाच मारायचे लोक.''

शाणू तिथंच होता. तो घुसमटत राहिला. त्याच्या डोळ्यांत पाणी आलं. त्यांना शिव्या देऊन हलकं व्हावं असं त्याला वाटत होतं. आपल्या प्रेमळ बायकोचं असं कसं भूत होईल? शक्यच नाही! खरं खोटं त्याला काहीच कळत नव्हतं. संभ्रमात अडकला होता.

संध्याकाळी अंधार पडण्यापूर्वी त्यानं भावाच्या बायकोला, नंतर सीताईला सांगितलं, ''ती अशी रात्रीची फिरत असेल, तर मी जाऊन पाहून येतो. मी नवरा आहे तिचा, माझ्यावर जीव होता तिचा. असलीच, तर ती माझ्यासमोर आल्याशिवाय राहणार नाही. मी सांगतो तिला अशी रात्री-अपरात्री फिरू नकोस, ओरडू नकोस.''

ऐकून भावाची बायको सीताईकडे धावून आली होती. त्यांनी त्याला सांगितलं, ''मरणानंतर माणूस आपलं नसतं. ती आता मसणवटीची धनी. तिला आईबाप नसतात, नवरा नसतो. गेलास, तर तू वेडा होऊन घुमत येशील. कधी कधी भूत सुताच्या अंतरावर असलं तरी दिसत नाही. कधी वाईट वाराच असतो तो.''

तरीही तो अंधार पडल्यावर वाडीच्या पुढून जाणाऱ्या शेतातल्या वाटेवर येऊन उभा राहिला. उशिरा कुणीतरी रानाच्या बाजूनं आरडा देत इकडे येत होतं. शाणू पाय रोवून तिथंच उभा राहिला. ते चौघं जवळ पोहोचल्यावर

त्यानं ओळखलं, हे गोव्यातून चोरीनं दारूची ओझी घेऊन येणारे लोक. ते पलीकडच्या गावातून यायचे. कधी पोलीस, कधी गावचे लोक त्यांना आडवे यायचे, त्यांच्याकडून दोनतरी बाटल्या काढून घ्यायचे. त्यांना भिववण्यासाठीच ते भुतासारखे ओरडत होते. कुंभारांची एक जवान बाई मेलीय हे त्यांना चांगलं निमित्त होतं.

शाणूला त्यांचा भयंकर राग आला. तो त्यांना घसा ताणून वाईट शिव्या द्यायला लागला. ते मग वाट सोडून शेतातून धावायला लागले. तो कितीतरी वेळ त्यांना मोठमोठ्यानं शिव्या देत होता. वाडीवरचे लोक अंगणात येऊन उभे होते.

परत येताना त्यानं सीताईला सांगितलं, ''पाहिलंस सीताई, चोरीनं दारू नेणारे ते लोक. लोकांना भिववायला उगीच अंबीच्या नावावर ओरडतात. उद्या कुणा कुळवाड्याला येऊ दे काही सांगायला, हातात काठी घेऊन असाच शिव्या देणार मी.''

सांज व्हायला ती दोघं वाडीवर पोहोचली. इतक्या स्वच्छ, नव्या कपड्यांतली माणसं वाडीवर येऊन किती काळ लोटला असेल! सखारामनं पिवळट पांढऱ्या रंगाचा सदरा आणि तसलाच पायजमा घातला होता. शीलाच्या अंगावर झुळझुळीत उत्तमपैकी साडी होती. तसलंच मॅचिंग पोलकं तिनं घातलं होतं. तिच्या गळ्यात नवं चकचकीत मंगळसूत्र होतं. तिच्या हातात नवी लाल रंगाची, बरीच भरलेली हॅण्डबॅग होती. कुंभारवाडीवरच्या लोकांना सगळीच नवलाई होती.

सखाराम शीला नटीशी लग्न करून तिला वाडीवर घेऊन आला होता. शीलाला बरं वाटत होतं, चहूबाजूनं मोकळा सूर्यप्रकाश, मोकळा वारा आणि मध्येच ते मोठ्ठं आंब्याचं झाड. ती सखाराममागून धीटपणे चालत त्याच्या घरी गेली. सखारामनं घरातला एक मोठा पाट देऊन तिला माजघरात बसवली.

बाप पुरशा अंगणात होता, तो आत आला. तो भ्याला होता आणि काळीज धाकधुकत होत. त्यानं तिथूनच बायकोला हाक मारली, ''अगं ये, जरा बाहेर ये लवकर.''

बायको बाहेर आली आणि शीलाला आश्चर्यानं थक्क होऊन पाहत राहिली. गळ्यात मंगळसूत्र होतं. तिनं शीलाला ओळखलं, मागं एकदा ती वाडीवर येऊन बाहेरच्या बाहेर गेली होती.

''काय रे हे, सखाराम?'' तिनं विचारलं.

''आमचं लग्न झालं आहे आई, शेजवाडच्या देवळात.''

आईबापांचा दोघांचाही रागाचा पारा वर चढला होता. पण त्यांच्यासोबत एक अनोळखी सुंदर मुलगी होती. तिच्या अंगावर नवीकोरी साडी होती.

''अरे, आम्हांला सांगायचं तरी तू?'' तरीही बापाचा आवाज वर चढलाच होता.

''सगळं बिघडलं असतं. तिच्या घरचे लोक आमच्या लग्नाला तयार नव्हते. विरोध होता. फक्त आठदहा जणच होते लग्नाला. तेसुद्धा बाहेरचे. नाटकाचा मास्तर दत्तूबाबा आला होता, बायकोला घेऊन. त्यानंच सारं केलं, शास्त्र वगैरे.''

तो भार आता आई जानकीला सोसवला नाही. छाती धडधडत होती. ती अंगणात येऊन सीताईला हाका मारू लागली, ''सीताई गे, जरा येऊन बघ काय ते.''

तेव्हा तिनं पाहिलं, वाडीवरचे काही जण अंगणाबाहेर येऊन उभे आहेत. फार उत्सुकतेनं पाहताहेत, हसत खिदळत आहेत. वाटत होतं, आत्ता हे अंगणात उतरतील आणि फेर धरून नाचायला लागतील, फटाके पेटवतील.

सीताई आली ती तशीच घरात गेली. पाठोपाठ बरीच माणसं दारात येऊन उभी राहिली. जानकीनं सीताईला म्हटलं, ''बघ गं सीताई, लग्न करून आलोय म्हणतो हा. ही त्याची नवरी.''

सीताईनं सरळ शीलालाच विचारलं, ''लग्न होऊन आलायत की नुसतंच हे गळ्यात डोरलं अडकवलं आहे?''

शीला अंग चोरून उगी बसली होती. साऱ्याचा अर्थ लावत होती. तिनं चिरक्या आवाजात सांगितलं, ''फोटो काढले आहेत. माझी एक मावसबहीण पण आली होती लग्नाला. दत्तूबाबा यजमान होते.''

''तो नाटकं खेळत गावभर फिरतो. तुला सांभाळणार का तो नीट? हे कुंभार फार गरीब. तुझ्या पोटापाण्याची व्यवस्था करणार का तो? की गोरा बामण असा दिसला म्हणून लग्न केलंय?''

''मला काही दिवस नाटकात काम करत राहा म्हणालाय तो, ते बंद करणार नाही तो.''

''उद्या दिवस गेले, तर पोट घेऊन नाटकात नाचणार तू?''

शीलाला तिचं बोलणं टोचल्यासारखं झालं. हजारभर लोकांसमोर खणखणीत बोलून आणि गाऊन लोकांच्या काळजाला हात घालणारी ती

या अज्ञानी कुंभारांसमोर बापुडी होऊन बसली होती. तिचा तोराच गेला होता. तरी तिनं आवाज धीट करत विचारलं, ''त्याला मडकी करायला कळत नाहीत तर?''

''कुंभाराच्या मुलाला मडकी करायला शिकवावं लागत नाही. त्यानं मडकी केली, तर तुला ती डोकीवर घेऊन विकत फिरावं लागेल, माती बडवावी, चाळावी लागेल.''

शीलानं आता आवाज चढवूनच म्हटलं, ''तो सगळा विचार करूनच आल्येय मी. गावातून नटीचं काम करणं म्हणजे काही मोठं मानाचं नाही. लोकं उगीच पुढं पुढं करतात, वाईट शब्द बोलतात.''

मध्येच सखारामच्या आईनं म्हटलं, ''जात कोणती म्हणायची आम्ही?''

सीताईनं म्हटलं, ''आम्हां जातच नसलेल्या कुंभारांपेक्षा वाईट जात नसेल तिची. आमच्यातही देवळी कुंभार आहेत. त्यांच्याबरोबर जेवण-खाण, सोयरिकी करतो आम्ही. तुम्ही साऱ्यांनी एकतरी नाटक पाहिलं असेल तिचं. सदाशिवगडवरच्या रायाची मुलगी आहे ती. ओळखते मी. पूर्वी तो नाटकांतून तबला वाजवायचा.''

आई पुढं काही बोलली नाही. मग सीताईनं दोघांनाही उठवलं, आधी आईबापांच्या पाया पडायला सांगितलं. ते आईबापाच्या पाया पडले. मग तिथं असलेल्या साऱ्या वडीलधाऱ्यांच्याही पाया पडले. शीला नीट वाकून दोन्ही पायांना हात लावून नमस्कार करत होती. त्याचं साऱ्यांना कौतुक वाटत होतं. ते मनात म्हणत होते, ही मुलगी गुणीच असणार! वरून दिसते तशी मनातूनही नितळ असणार.

मग तिनं हॅण्डबॅगमधून एक नऊवारी कापड काढलं आणि ते सासूच्या - जानकीच्या हातात दिलं. सगळ्यांना इतकं कौतुक वाटलं, बायका पुढं होऊन कापडावरून अलगद हात फिरवायला लागल्या.

दुसऱ्या दिवशी सकाळी ते येताना दिसले. शेतातून लांब लांब ढांगा टाकत, धूळ उडवत असे ते येत होते. चढणाऱ्या उन्हात ते बरेच उंच दिसत होते. अंगावर कपडेही नव्या शिस्तीचे होते.

धर्मूचा मुलगा प्रेमानंद मडकी सुकत घालायला उन्हाची जागा शोधत वाडीच्या कडेला आला होता. त्यानं येणाऱ्यांना बघितलं. तो बरोबर ओळखला, हे सदाशिवगडवरचेच लोक म्हणून. ते कशासाठी येत आहेत हे पण त्या सोळा वर्षांच्या मुलाला कळलं. त्यानं मडकी तिथंच ठेवली

आणि तो शिवरामच्या घराशी धावला. ''शिवरामअण्णा, ते सदाशिवगडवरचे लोक येताहेत. शीलाला न्यायला येतायत असं वाटतं. तिला आपण न्यायला द्यायचं नाही.''

शिवराम एकदम सावध झाला, तो लगबगीनं पुरशाच्या घराशी गेला. त्यानं सखारामला सांगितलं, ''ते यायला लागलेत. मुलीला घेऊनही जातील. उगीच भांडणं नकोत. तू नवरीला घेऊन शेतातून धावत डोंगराच्या बाजूनं जा. लपा तिथं दोघंही. आम्ही पाहतो काय होतं ते.''

सखाराम आणि शीलानं आहे तशाच अवस्थेत डोंगराच्या बाजूनं धाव घेतली. पण ते फार दूर गेले नाहीत. शेतात मध्ये एक उंच बांध होता. त्यावर काही झाडं होती. ते त्या बांधाच्या आडोशाला काही वेळ लपून बसले. पुढं काय होतं ते पाहायची उत्सुकता होती.

इतकं होईस्तोवर ते लोक वाडीवर येऊन आंब्याच्या झाडाशी उभे राहिले. ते पाचजण होते. त्यातले दोघे तरुण होते. आणखीन एक जण पांढऱ्याशुभ्र कपड्यांत होता. तो चांगला शिकलेला असावा असं वाटत होतं. चार समजुतीच्या गोष्टी सांगायला त्याला आणलं असावं असं दिसत होतं. एकतर इतका बारीक किडकिडीत होता, तो सरणावरून उठून पळून आलेला असावा असं भासत होतं. त्याला या भांडणात का आणलं आहे ते समजत नव्हतं. शीलाचा बाप राया गोरा आणि ठेंगणा होता. तो उभट डोक्याचा होता आणि त्याच्या टाळूवर एक केस नव्हता. ते डोकं उभ्या लिंगासारखं दिसत होतं.

विश्राम आणि शिवराम पुढं झाले. आलेल्या लोकांनी विचारलं, ''सखारामचं घर कुठलं?''

''कोण सखाराम?''

''तो नाटकांतून कामं करतो तो.''

''इथले सगळेच कुंभार नाटकी. तोंडाला रंग न लावताही नाटकं करतात. एक-एक जण काय सुंदर गातो म्हणून सांगू!''

राया मध्येच चिडून म्हणाला, ''तुमच्या गोष्टी नकोत आम्हांला. सखाराम कुठं आहे ते आधी सांगा.''

''कोण सखाराम म्हणता तुम्ही?''

''या वाडीवर कितीसे सखाराम आहेत तर?''

''पुरशाचा एक सखाराम आहे. पण तो हाताला लागत नाही. नाटकं करत गावभर फिरत असतो. आज सकाळी त्याचा बाप त्याला शिव्या देत होता, गेले चार दिवस घरीच आला नाही म्हणून.''

''त्याचं घरच दाखव आम्हांला.''

विश्रामनं विचार केला, मध्ये आपल्याला वेळ मिळालाय. त्यानं पुरशाच्या घराकडे बोट दाखवलं. ते सगळे तिकडे जाऊ लागले. आता वाडा पुरा तिथं जमा झाला होता. तेही त्यांच्या मागून जाऊ लागले.

तिथं जाऊन त्यांनी पुरशाला विचारलं, ''तुझा मुलगा सखाराम कुठं आहे?''

पुरशा म्हणाला, ''सध्या कुठं आहे ते माहीत नाही. ऐकलंय, त्यानं एका नाटकातल्या नटी मुलीबरोबर लग्न केलं आहे. त्या मुलीनंच फूस लावली म्हणे त्याला.''

''तुमची जात कुठली?''

''कुंभारांना जात नाही. बामण, क्षत्रीय, देवळी सगळे आमचेच.''

तो धष्टपुष्ट इसम त्याच्यावर चिडला, ''तुमच्या त्या लफंग्यानं पळवून नेलं आहे शीलाला. हाती मिळाला असता, तर हातपाय मोडून टाकले असते.''

तिघीचौघी बायका झपझप त्याच्यापुढे गेल्या. म्हणाल्या, ''वाईट बोलायचं काम नाही. किती गुणाचा मुलगा आहे तो. तुमची मुलगी नटी, उगाच भाळली नाही त्याच्यावर. आणखीन तू त्याला लफंगा म्हणतोस? त्यांचं लग्न झालंय आता. अपमानाचं काही बोलू नकोस.''

''आम्ही तिला कुंभाराच्या घरात राहू देणार नाही, ओढून नेऊ.''

आता घनश्यामची बायको पुढं आली. म्हणाली, ''आता तुम्ही तिला माहेरी न्यायचं ते बाळंतपणासाठी. एरवी येणार नाही ती.''

सखाराम आडून सगळं पाहत होता. त्याला वाटलं, पाचदहा रुबाबदार माणसं आहेत. ती इरेला पेटणार. त्यानं शीलाला म्हटलं, ''आपण डोंगरातल्या रानातच जाऊ. आपण इथं असल्याचा सुगावा लागल्यास धावून येतील ते. तुझीच काळजी मला.''

शीलानं काळजीनं म्हटलं, ''भांडणं वगैरे होणार नाहीत ना?''

''नाही. कुंभार बाहेरच्या माणसांशी जास्त भांडत नाहीत. तू त्यांच्या हाताला लागलीस, तर मग काही सांगता येणार नाही.'' ते शेतातून डोंगराच्या बाजूनं धावायला लागले. तरणी पोरं ती. वेगानं धावत होती.

तेव्हा त्या लुकड्या उंच माणसानं त्यांना पाहिलं, त्याने दुरूनही शीलाला बरोबर ओळखलं. तो ओरडला, ''ते बघा धावत जाताहेत ते दोघं. डोंगर जवळ केलाय त्यांनी.''

सगळे त्यांच्याकडे पाहत होते. हरणाच्या युगलासारखे ते रानाच्या दिशेनं धावत होते. त्यांना त्यांचं कौतुक वाटत होतं की राग आला होता ते सांगता येत नव्हतं. रामचंद्रनं म्हटलं, ''पाहिलं, तुमची मुलगी आपल्या नवऱ्याबरोबर कशी पळून गेली ती! त्यांना आणखी तुम्ही दूर करणार?''

तो तरुण पुरुष ओरडला, ''आम्ही सोडणार नाही त्याला. त्या डोंगरातून शोधून काढू.'' तो तिकडे धावायला बघत होता.

विष्णूनं म्हटलं, ''त्या पुढच्या रानाला सतरा वाटा. सखारामला माहीत आहेत त्या. तो तिला घेऊन गोव्याकडेही जाईल. तुम्ही नेऊन तिचं आता काय करणार? लग्न झालंय त्यांचं.''

सगळे स्तब्ध तिकडे पाहत होते. आता ती डोंगराच्या रानात रिघली होती. रानात त्यांचीही झाडं होऊन गेली होती. शोधूनही सापडणार नव्हती.

रामचंद्र विनंती केल्यासारखा म्हणाला, ''आता मानून घ्या तुम्ही ते लग्न. नेली, तरी उद्या बायको नवऱ्याकडे धावून येईलच.''

तिचा बाप राया गदगद होत म्हणाला, ''तुमचा हा दरिद्री कुंभारधंदा. चांगले कपडे काय, पोटभर जेवणही मिळणार नाही माझ्या मुलीला.''

''चांगला आहे तो मुलगा, सातवीपर्यंत शिकलेला आहे. कुठंही गेला, तरी मानानं, अब्रूनं जगेल.''

तो पांढऱ्या कपड्यातला सुशिक्षित दिसणारा माणूस म्हणाला, ''शीला त्याच्याबरोबर रानातल्या काट्याकुट्यातून कशी धावून गेली ते पाहून आश्चर्य वाटलं. त्याच्याबरोबरच तिचं आयुष्य जोडलेलं असावं. प्रेमाचाच साक्षात्कार आहे तो. काही करता येणार नाही आता.''

ते सगळे आता परत फिरले. पुन्हा वाडीवर पोहोचताच शीलाच्या बापाला रडू फुटलं. तो रडत म्हणाला, ''ती माझं ऐकायची. मानायची मला. पण आज मला बघून ती रानात पळून गेली. कसली जादू केली रे देवा त्यानं?'' रडताना त्याचं उभट डोकं, मान, छाती गदगदून हलत होती.

त्यांतला तो तरुण पुरुष रागावून म्हणाला, ''दुसऱ्याच्या गावात येऊन रडतोस कशाला? तिचं ती भोगेल. जन्मच दिला नव्हता म्हणून समज.''

पुरशानं ओसरीवर नवीन चटई अंथरली. त्यांना आत येऊन बसा म्हणून विनंती केली. पाणी तरी पिऊन जा म्हटलं. पण ते बसले नाहीत, पाणी प्यायले नाहीत. तसेच निघून गेले. ते ओहोळ ओलांडून गेले, दिसेनासे झाले, तेव्हा कुंभारांचे दोघे मुलगे - सुरेश आणि चंद्रकांत रानाच्या बाजूनं धावले. रानाच्या कडेशी उभं राहून त्यांनी मोठमोठ्यानं हाका दिल्या, ''सखाराम, सखाराम रेऽ, ते गेले, गेले ते.''

रानात बऱ्याच आतून त्यांचा आवाज आला. मग काही मिनिटांतच ते डोंगर उतरून खाली आले. सकाळी ताजीतवानी दिसणारी ती आता मळकटलेली दिसत होती. शीलाचा गव्हाळ, तांबूस चेहरा घामानं डबडबलेला, चिकचिकीत झाला होता. झुडपाआडच्या रानगवतावर पडून राहिल्यामुळे अंगावरच्या साडीला गवताची तुसं चिकटली होती. शीलानं मोठ्यानंच विचारलं, ''गेले ते?''

''होय गेले, घालवलं त्यांना.''

''काय? भांडणं वगैरे झाली नाहीत ना? कुणी काही शिवीगाळ केली नाही ना?'' शीला अगदी व्याकूळ होऊन विचारत होती.

''नाही, नाही, तेच आम्हांला धमकावत होते. कुंभारांना बाहेरच्या लोकांबरोबर भांडताच येत नाही, वहिनी!''

वहिनी हा शब्द ऐकून शीलाला जाणवलं, या लोकांनी आता तिला कायमचं बांधून ठेवलं आहे. तिच्या डोळ्यांत पाणी आलं.

आता उन्हं बरीच वर चढली होती. पुढच्या शेतातून लख्ख उजेडाचा दर्या पसरला होता. तो उजेडाचा दर्या तुडवत ते वाडीवर आले. पाहतात तो वाडीवर तीच काळसर सावली होती. वर तो आंब्याचा राक्षसी आकाराचा वृक्ष ओणवून होता. आज ती काळसर सावली शीलाला सुखाची वाटली नाही. तिला आई बाबांची आठवण येत होती.

शीला सहा महिने कुंभारवाडीवर राहिली. या काळात दोघांनीही मिळून जवळच्या गावांतून पाच नाटकं केली. पण नाटकात काम करण्यासाठी पैसे मिळायचे ते शीलालाच. सखारामची नुसती आवड आणि हौस. झालीच तर खाण्यापिण्याची चांगली व्यवस्था. त्यानं शीलाबरोबरही पूर्वी बरीच नाटकं केली होती. शीलाचं नाटकासाठीचं ठरलेलं होतं, चार तालमी आणि प्रत्यक्ष नाटक. संवाद ती कमीच पाठ करायची आणि प्रॉम्प्टिंगवरच निभावून न्यायची. कधी एकेक नाटक दोनतीन वेळा केलेलं असायचं. ती गाणीही चांगली म्हणायची. 'वन्स मोर' मिळायचे. अडलेले प्रसंग निभावून न्यायलाही ती तरबेज होती. सखारामला मात्र संवाद पाठ करायला फार आवडायचं. सहसा कुठल्यातरी झाडाखाली बसून तो तारस्वरात संवाद म्हणायचा. त्या आनंदात गुंगून जायचा. तालमी करायलाही त्याला आवडायचं. चालत, सायकलवरून, बसनं जाऊन वेळेवर तालमीला पोहोचायचा. हसरा चेहरा आणि आवाजात गोड, स्पष्ट खणखणीतपणा. नाटकाच्या दिवशी तर तो हर्षोत्साहात असायचा. आजूबाजूचे लोक त्याच्यासाठी म्हणून एक चांगला पार्ट ठेवायचे, आपलं नाटक उत्तम व्हावं

म्हणून. ते लोक जेवणाची, चहानाश्त्याची चांगली व्यवस्था करायचे, पण कुणी कधी एक पैका हातावर टेकवला नाही. इतर पुरुष पात्रं तर स्वतःच पैसे देऊन नाटकात कामं करायची.

होस्साळी गावात झालेल्या शीलाच्या नाटकाला तिचे वडील आले होते. नाटक संपेपर्यंत मुक्यानं बसून राहिले. संपल्यावर वर विंगेत येऊन त्यांनी विचारलं, ''कशी आहेस गं तू बाय?''

शीलाच्या डोळ्यांतून अश्रू वाहू लागले. ''बरी आहे मी बाबा. माझ्या नवऱ्याच्या घरी राहते आहे ना मी! यापुढं नाटकं करणंही बंद करणार आहे मी.''

शीला नाटकाबरोबर कुंभारकामंही करत होती. सखारामबरोबर जाऊन तळ्यातून, डोंगरातून बुट्ट्या भरून माती आणत होती. तळ्याच्या परिसरातून फिरून येत होती. ती माती बडवायची, चाळायची, भिजत टाकायची. माती बडवून, चाळून उठली म्हणजे तिच्या साडीवर, केसांवर माती भरून जायची. ती तशीच झटकून टाकून ती दुसऱ्या कामाला लागायची.

चांगल्या गुणाची होती ती नटी मुलगी. ती एक नवलाईच होती वाडीवरच्या लोकांना. तिच्याविषयी साऱ्यांना आपुलकी वाटत होती. पण ती नाटकं करायची सोडून कुंभारकामाला लागली म्हणून साऱ्यांना वाईट वाटत होतं.

एक दिवस तिची सासू आणि सीताई यांनी तिला सांगितलं, ''आता कुंभारकामात राम राहिला नाही. तुम्हांलाही उपवास आणि उद्या होणाऱ्या मुलांनाही उपवास. कुंभाराच्या आतडीला सवय झालीय भूक सोसण्याची. तुला सोसणार नाही ती. पावसाळा जीव काढतो. कष्टाची सगळी कामं आणि येणं काही नाही. उद्या ओझी घेऊन विक्रीला गेलीस, तर तुझी नटी म्हणून चेष्टाच करतील आंबटशौकीन लोक. तू थोडी शिकलेली आहेस, तुझ्या ओळखी आहेत. तुझा मामा गोव्यात आहे म्हणत होतीस. सखारामला घेऊन तू गोव्याला जा. कसलीही लहानमोठी नोकरी करा.''

शीला काही वेळ उगी उभी राहिली. तिला हे सगळं खरंसं वाटू लागलं. तिचा मामा गोव्यात साखवाळला राहत होता. नटी म्हणून बऱ्याच ओळखी होत्या. मागं तिची आई फार आजारी होती. त्यात तिनं आपला कमावलेला बराच पैसा मोडला. घरात एक लग्नाची मोठी बहीण होती. शीलानं अजून पुढं नाटकात कामं करून तिच्या लग्नाला मदत करावी अशी बापाची इच्छा होती. ते तिनं मानलं नाही. थोडा पैसा शिल्लक होता. आठवीपर्यंत शिकलेली होती.

मध्ये दोन वेळा ती गोव्याला जाऊन आली. मग सखारामलाही घेऊन गेली. नवऱ्याला म्हणाली, ''नाटक ही तुझी हौस, त्यानं काही पोट भरणार नाही. मी आता तुझी लग्नाची बायको, नटी नाही. माणसानं उपाशी राहू नये, आत्मा दुखावतो.''

सासू रडत होती, सासऱ्याच्याही डोळ्यांत पाणी होतं. तिनं त्यांना सांगितलं, ''गोव्याला गेलो म्हणून तुम्हांला विसरणार नाही, येत जाऊ मधून मधून.''

मे महिना संपायला आला आणि कुंभारांची घाई सुरू झाली. तळ्यात पाऊलभरही पाणी साचलं, तर माती मिळणार नाही. आता ही चांगली सुकलेली मातीच आणायला हवी. ती भेगाळलेली ढेकळं आणून खोपीतून राशी करून ठेवायला हव्यात. आपली बायको लंगडी आहे का पांगळी आहे, आजारी आहे का गरोदर आहे हे न पाहता कुंभार त्यांना तळ्यावर, डोंगरात घेऊन जायला लागले. तिच्या डोकीवर मातीची बुट्टी देऊन आपणही मान मोडेपर्यंत जड बुट्टी घेऊन यायला लागले. अंगावर धड मांस नव्हतं. हाडांचा एक उभा काटा, सवयीनं मजबूत झालेला. डोकीवर बुट्टी घेऊन तो वाकडा वाकडा करत चालायचं.

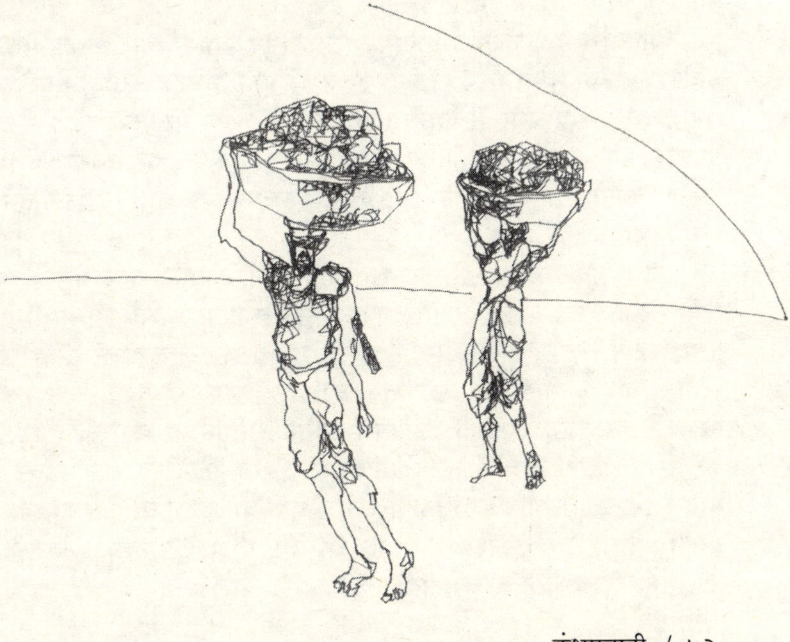

दूर डोंगरावर खोलगट भागातल्या रानावर काळ्या रंगाचा आडवा पट्टा पसरला होता. कुंभारांना वाटत होतं, त्याला पावसाचा वास आहे. तो वाऱ्याची वाट पाहत आहे. मग कुंभार जास्तच घाई करू लागला.

ग्रीष्मातला शेवटचा आवा टाकायला घनश्यामनं उशीरच केला होता. मडकी पेटायला बसल्यावर त्याला उगीचच भोवळ यायला लागली. एक हलकी कळ मानेपासून कंबरेपर्यंत उतरत्येय असं वाटू लागलं. तरी तो बळ लावत होता. बायकोनं आणि मुलीनं मिळून आवा उभा करायला वाळकं गवत, बारीक लाकडं, वरून लिंपायला तांबडी माती हे सगळं आणून आव्याच्या ठिकाणी ठेवलं होतं.

त्या दिवशी दुपारी घनश्यामनं आव्याच्या मुखाच्या वर वावभर रुंद आणि दीड वाव लांब जागेवर बरीच बारीक लाकडं आणि गवत पसरलं. त्याच्यावर पाच पाच लहानमोठ्या मडक्यांच्या तीन ओळी रचल्या, त्यावर पुन्हा आणखी दोन थर. एकूण तीन थर – पंचेचाळीस मडकी. त्यात घुमटं, बुडकुली, चरवे, खुळणी, बिंदुलं, कळशे अशी भांडी होती. घनश्यामचे थर रचून होताच सीताईची सून तारा बुट्टीभर परळं, तवे, मायट्या, पणत्या घेऊन आली. त्या तिनं आव्याच्या थरांच्या मध्ये मध्ये लावल्या. अशीच रीत होती. कुंभारांच्या विधवांचा वेगळा आवा नसे. कुणाच्या आव्यात त्या आपली बिनगळ्याची भांडी आणून टेकवत.

मडक्यांचे थर रचून झाल्यावर घनश्यामनं त्यावर दाट गवत पसरवलं आणि ओल्या तांबड्या मातीनं आवा लिंपून घेतला. तो आवा आता रानरेड्याच्या पाठीसारखा दिसत होता. त्याला त्यानं मुखाच्या दिशेला दोन्ही बाजूंनी दोन कानोळ्यांची भोकं केली. पाठीवर आठदहा चिवळ्यांची भोकं केली. कानोळ्यांतून आतल्या आगीचा अंदाज यायचा. चिवळ्यांतून धूर निघून जायचा.

आवा एकदमच पेटवता यायचा नाही. तो हळूहळू गरम करून घ्यावा लागे. घनश्यामनं काही निखारे, काही लाकडं हळूहळू सारून आधी आवा गरम करून घेतला आणि मग आतल्या गवताला, लाकडाला आग दिली. आग धुमसू लागली. चिवळ्यांतून धूर उठू लागला. कानोळ्यांतून आग जिभा बाहेर टाकू लागली. आवाभर आग व्यवस्थित पसरली होती.

दुपारी तीन वाजता त्यानं आव्याला आग दिली होती. मडकी नीट भाजून आवा विझून थंड व्हायला रात्रीचे दहा वाजले होते. आव्याला उशीर झाला होता, तरी घनश्याम पावसाआधीच बऱ्यानं सुटला. नंतर दोनच दिवसांनी आवा पेटवलेल्या विष्णूची दैनाच झाली.

आवा रचून, लिंपून तो निखाऱ्यांनी ऊन करून घेत पेटवतानाच अवचित वारा वाहायला लागला. क्षणाक्षणानं त्याचा वेग वाढला. मग आभाळ भरून आलं आणि काही वेळानं बारीक पाऊस झडायला लागला. वारा तर असा होता, वाटत होतं, आव्यावरचं गवत-मातीचं पेटतं लिंपण वाऱ्याबरोबर उडेल आणि कुणाच्या तरी घरावर जाऊन पडेल. विष्णूनं एकदम आरडा केला. बरेच जण धावून आले. त्यांनी आधी वरचं लिंपण पाणी मारून काढलं आणि सगळी ती कच्ची मडकी कुणाकुणाच्या पडवीत नेऊन ठेवली. शेवटची चार मडकी तर भिजून मातीच झाली.

विष्णू विचार करत होता, आता ही मडकी परत आव्याला टाकायला पुरा पावसाळा उलटून जाईल. आता ती गोळा करून ठेवायची तरी कुठं?

या वर्षी पाऊस जरा लवकरच सुरू झाला होता. पडायला लागला, तो दिवसा-रात्री थोडा थोडा पडतच राहिला. उन्हाळ्यात घरात रचून ठेवलेली मडकी पोटासाठी म्हणून विकायला बायका पावसाळ्यात जायच्या. मध्येच जोराचा पाऊस सुरू झाला म्हणजे मडक्यांतून पाणी साठायचं. मग बुट्टी त्या छातीवरून गुडघ्यावर घेत खाली ठेवायच्या आणि भिजत उभ्या राहायच्या. ओलेत्या कपड्यांनीच गावभर फिरायच्या. म्हणायच्या, ''घ्या गं एक तरी मडकं, भुकेपोटी आलोय.''

पावसातले तीनचार महिने कोणतंच कुंभारकाम होत नव्हतं. पुरुष अंग दुमडून घरात पडून राहायचे. उगीच थंडीनं हुडहुडी भरल्यासारखे करायचे. भूक सोसायची आणि मारायची हेच आता कुंभारांचं मोठं काम असायचं. भरून आलेल्या आभाळात सूर्य कधी उगवला आणि कधी मावळला तेच कळत नव्हतं. भुकेच्या चक्रावरच दिवस मोजले जायचे. कुळवाड्यांची शेती चारी बाजूंनी हिरवीगार तरारून आलेली असे. सगळा गाव तृप्त आणि तुष्ट दिसत असताना कुंभारवाडा मात्र भुकेनं हवालदील झालेला असायचा. वाड्यावर सुन्न शांतता पसरलेली असायची.

श्रावण संपायला कुंभार एकदम टेकीला यायचे. बायका सकाळ-संध्याकाळच्या हातात पिशव्या घेऊन कुळवाड्यांच्या वाडीवर, वाण्यांच्या दुकानांवर उधार-उसनवार मागायला जायच्या. बायका कमरेला जुनेराचं फटकूर बांधून रोपणी, निंदणी करायला जायच्या. शेरभर तांदळासाठी दिवसभर राबायच्या. कुळवाड्यांच्या बायकाही निंदणी करत असायच्या तिथं ह्या कमी पडायच्या. त्यांच्या बरोबरीनं काम होत नसे. कंबर भरून यायची. त्या नेट लावायच्या, तरी बोलणी खावी लागायची. भुकेच्या

त्रासानं हातपाय थरथरायचे. मग हळूच जाऊन शेतातल्या वाहणीतून पाणी पिऊन यायच्या.

शेतकामाला गेलं की दुपारचं जेवण शेतात मिळायचं. वाडी जवळच असल्यानं बायका वाढलेला अर्धा भात पानात गुंडाळून आणून घरी मुलांना द्यायच्या. त्या दिवशी गोपाळची बायको गुलाबी मुकुंद नायकाकडे निंदणीला गेली होती. ती एका पायानं किंचित लंगडी होती, तरी तिचा कामाचा झपाटा मोठा होता. लंगडी असली, तरी शेतकरी शेतकामासाठी तिला मुद्दाम बोलवत. गुलाबी आणि अजून दोघी जणी कामाला होत्या. वाढताना गुलाबीनं 'भूक लागलीय गं बाये' म्हणत मुकुंदाच्या सुनेकडून जास्तच वाढून घेतलं. मग उगीच उष्टवलेलं करून सगळं पान गुंडाळून घराकडे लंगडत चालायला लागली. ''अगं, अगं कुठं चाललीस तू?''

''घरात सगळी जणं सकाळपासून उपाशी आहेत. आता येते बघ परत.''

मुकुंदाच्या सुनेनं तिला परत बोलवलं. स्वतःसाठी म्हणून बुट्टीत ठेवलेल्या भातामधला अर्धा भात आणि परळातली कढी तिच्या पानावर टाकली. तिनं म्हटलं, ''खरीच देवीआय गं तू!''

चतुर्थीला गणपती करणारा रामचंद्र सकाळीच उठून तळ्यावर चिकणमाती आणायला गेला होता. गळाभर पाण्यात बुडून वाकून त्यानं बरीच चिकणमाती काढली. त्याचा मोठा गोळा सागवानाच्या पानांतून गुंडाळून तो डोकीवर घेतला. पाऊस राहून राहून थोडा थोडा पडत होता. थंडीही बरीच होती. चहूबाजूनं हिरवीगार शेतं, गवतानं भरलेल्या खाचराच्या मेरा, बराच गारवा... गळाभर पाण्यात बुडून माती काढतानाच त्याच्या पोटातली भूक नखं लावत होती. आता तो मातीचा जड गोळा घेऊन चालताना पार थकला होता. बांधावरून चालताना दारू प्यायल्यासारखा लटपटत होता. पाऊल चुकत होतं, आणि तो खाचरातल्या पाण्यात पडत होता; तरी तो ताकद लावत होता. शेजारची अबोली हातात एक नवी बुडकुली घेऊन शेरभर तांदूळ मिळतात का पाहायला गावात जात होती. तिनं पाहिलं, रामचंद्र अवचित पाय चुकून खाचरातल्या पाण्यात पडला आहे. तिनं एकदम ओरडा केला, ''आनंदी, तुझा नवरा शेतात पाण्यात पडला गं, धावा रे सगळे.''

आनंदी आणि बरोबर बरेच जण तिकडे धावले, त्याला उचलून धरून आणायला लागले. आनंदी पिरपिरत होती, ''कुंभाराची भूक ती. रडत नाही म्हणून कळत नाही. आवंढे घोटत राहते.''

आनंदीची पेज अजून चुलीवर शिजतच होती. शेजारची गोकुळा घाईघाईनं आपल्या घरी गेली आणि परळातून थोडी पेज घेऊन आली आणि त्याला प्यायला दिली.

बायका शेतकऱ्यांच्या वाडीवर जाऊन ''मामा, मी मग कापणीच्या-मळणीच्या कामाला येते'' म्हणून आधीच तांदूळ मागायच्या. ते म्हणायचे, ''तुम्हा कुंभारांना उन्हातली कामं काही झेपत नाहीत. कापणीच्या चार मुठी मारल्या की उभ्या राहता. तुमची कंबरच फार दुखते.''

''पण माझं काम तसं नाही मामा, माझं काम पाहिलंच आहेस तू. पाऊस आला, तर कापलेलं सुकं धान खळ्यावर टाकायला नुसती धावत असते मी.''

''तुम्ही कुंभार शब्दाला खरे म्हणून विश्वास ठेवायचा.'' मग ते तांदूळ, भात काही द्यायचे, पायली दोन पायली. भात दिलं, तर पंचाईत व्हायची. उखळावर कांडायला गेलं, तर त्या जुन्या भाताचा चुरा व्हायचा. ते उकडून सुकवून त्याचे तांदूळ करायला लागायचे. पावसाळ्यात ती आफतच होती. कधी बायका ते भात उकडून चुलीवर गरम तव्यावर वाळवून ते कांडून त्याचे तांदूळ करायच्या, उकडा तांदूळ.

चतुर्थीनंतरच थोडी उघडीप यायची, उन्हं दिसायची, तेव्हा ही भागलेली माणसं नुसती धावपळ करायची. मडकी पेटून, कशीतरी सुकवून पावसाचा अंदाज घेत आवा टाकायची. बायका मडक्यांच्या बुट्ट्या घेऊन जवळच्या गावातच जात होत्या. त्या म्हणायच्या, ''पाऊसभर भुकेनं कासावीस होत जगलो. आता घ्या एकतरी मडकं.''

थोडी कणव, काहीशी गरज म्हणून लोक मडकी घ्यायचे. पण किमतीला घासाघीस करणं सोडत नव्हते.

कुंभार चतुर्थीला सहसा परंपरागत चालून आलेले आणि आधी सांगून ठेवलेले तेवढेच गणपती करत. एक दिवस गणपती सांगणारे लोक यायचे, शब्दाचा नारळ देऊन जायचे. कुंभार कामाला लागायचा. हा कुंभारवाडा आडवाटेवर असल्याने जास्ती गणपती करून ठेवता येत नसत. पावसाळ्यात तर पाण्याने भरलेला एक ओढा ओलांडून गवताने भरलेल्या शेताच्या निसरड्या बांधावरून चालत यावं लागे. वाडीवर रामचंद्र, गोपाळ, यशवंत, शिवराम हेच साताठ गणपती करीत. फक्त शिवरामच सांगितल्यापेक्षा तीनचार गणपती जास्त करायचा आणि ते बायकोच्या डोकीवर देऊन माजाळीच्या बाजारात कुणाच्या तरी ओसरीवर नेऊन ठेवायचा.

गणपतीचं काम सुरू झालं की घरात मांस, मच्छी आणायचं नाही असा नियम होता. सगळे जण तो नियम पाळायचे. पण शिवराम ते काहीच मानत नसे. केलेले गणपती एका ओळीनं ठेवलेले असत आणि घरात भाजलेल्या सुक्या माशांचा वास सुटलेला असे. नाहीतर बायको मासे साफ करून देवासमोरूनच स्वयंपाकघरात नेई. शिवराम म्हणायचा, गणपतीला नेत्रं काढल्याशिवाय तो देव नाही! चतुर्थीला दोन दिवस असताना बायकोच्या डोकीवर गणपती देऊन तो बाजारात न्यायचा. वाटेवर विठ्ठल नायकनं त्याला एकदा म्हटलं, ''शिवरामा, बायकोच्या डोकीवर देव? बायकांचं काय काय असतं!''

''मामा, देवाला डोळे रेखले नाहीत अजून. देवपण नाही त्याला. आता मातीचा गोळाच आहे तो. बाजारात ठेवल्यावरच डोळे रेखणार मी.''

रामचंद्राकडे पूर्वाचाराने तीन गणपती होते. आज्या, पणज्याच्या काळापासून चालत आलेले. त्यांनी आधी येऊन सांगितलं नाही, तरी चतुर्थी जवळ आली की ते गणपती करावेच लागत. चतुर्थीच्या दिवशी सकाळी ते लोक तांदूळ, नारळ आणि पानाचा विडा असा शिधा घेऊन यायचे आणि वाजंत्री लावून गणपती घेऊन जायचे. कुणाकडे असे पूर्वाचाराचे गणपती असणं बहुमानाचं मानलं जाई. ती माणसं आणि कुंभार यांच्यामध्ये आपलेपणाचं नातं निर्माण झालेलं असे.

चतुर्थीला सकाळी वाडीवर एक उत्सवच व्हायचा. नव्या नव्या कपड्यांतली ती माणसं, बरोबरीनं वाद्यं वाजवणारे वाजंत्री, फटाके, यांमुळे वाडीचा चेहरा हसरा व्हायचा. चैतन्य पसरायचं. त्या लोकांनी चांगली चांगली अत्तरं लावली आहेत त्यांचा सुगंध वाडीभर पसरला आहे असं वाटायचं.

आज इतकं स्वच्छ ऊन पडलं होतं, वरच्या आंब्याच्या झाडाला न जुमानता उन्हाचे भोवरे जमिनीवर उतरले होते. पावसाळ्यात तीन महिने सोसलेली भूक आणि शरीराचा थकवा विसरून कुंभार त्या आनंदसोहळ्याशी एकरूप झाले होते.

परंपरेनं चालत आलेला गणपती न्यायला शिवाबागचे लोक मोठ्या उत्साहानं आले होते. वाजंत्री वाजवत ते रामचंद्राच्या घराकडे गेले.

काही वेळानं काहीतरी झालं, वाजंत्रींची वाद्यं अवचित बंद झाली आणि मोठ्यानं बोलण्याचा आवाज ऐकू येऊ लागला. सारे कुंभार कान देऊन ऐकत होते. सीताईसुद्धा अंगणात येऊन उभी राहिली होती.

पूर्वापार चालत आलेल्या गणपतीची किंमत कुंभारानं तोंडानं सांगू नये असा नियम होता. इतकी वर्षं तो नियम कुंभार पाळत आले होते. शिधा आणि त्या पानावर ठेवलेले पैसे ते मुक्यानं घेत होते. पण आता दिवस वाईट आले होते. महागाई आभाळाला भिडली होती. पण पूर्वनियमाचा फायदा घेऊन काही जण अगदीच कमी पैसे किंमत म्हणून पानावर ठेवायचे. कुंभारांची घुसमट व्हायची.

रामचंद्र पाहत होता. शिवाबागचे लोक गेली पाचसहा वर्षं शिध्याच्या पानावर एकशे एक रुपये ठेवतात आणि गणपती उचलून नेतात. या वर्षीही तेवढेच रुपये ठेवल्यावर त्याला संताप आला. तरी पण संताप आवरून धरून त्यानं चार बोटं दाखवून चारशे रुपये म्हणून सुचवलं. त्यांनी कळूनही न कळल्यासारखं केलं. कुणीतरी म्हटलं, ''झाले, तेवढेच ते.'' आणि गणपती उचलायला लागले.

रामचंद्रनं त्यांना थोपवलं आणि रागानं म्हटलं, ''पाचसहा वर्षं झाली मी बघतोय, एकशे एक रुपये टेकवता आणि देवाला उचलून नेता. तुमची एवढीच ऐपत असं समजावं आम्ही? महागाई कुठल्या कुठं पोहोचलीय. या शंभर रुपयांत एक मोठा मासा येणार नाही.''

त्यांच्यात काही तरुण होते. त्यांना हे बोलणं लागलं. ते गलका करत बोलू लागले, ''आमची ऐपत काढतो, मासा म्हणतो मासा. ती तळ्यातली माती आयती देवानं दिलेली. तू आणून थापलंस. इतका काळ आमचा गणपती चालून आलेला तुमच्याकडे. तुला कदर नाही.''

रामचंद्राला आधीच राग आलेला, ''देवानं दिलेली माती म्हणता तुम्ही? तुमची कुळवाड्यांची शेतंही देवच पिकवतो, माती-पावसातून. बीजं पेरता आणि बसता तुम्ही घरात. म्हणून ते धान्य कुणालाही काढून देता तुम्ही? एक मडकं घेतलं तर तुमच्या बायका पाखडलेली भाताची फोलपटं काढून देतात किंमत म्हणून.''

हे भांडण आणखीन वाढलं असतं. कारण शास्त्र आणि नियमांचे बंध तुटले होते. तिथं आता यशवंत आणि विश्राम येऊन उभे राहिले. कुळवाड्यांमधला एक थोडा वयस्कर पुढं आला. म्हणाला, ''देवासमोर भांडणं बरी नाहीत. देवासाठी वाईट वर्तन केलं, तर कशाला पाहिजे देव आणि त्याची पूजा?''

रामचंद्राचा हात धरून विश्रामनं त्याला आत घरात नेलं. त्याची बायको पायरीवर उभी होती. तिनं म्हटलं, ''तुमचा देव असला, तरी आमचं पोट

आहे ते. मोठे जमीनदार देसाई तुम्ही. आपलं नाव राखा. आमच्या पोटावर मारू नका.'' बोलल्यावर आनंदीला जाणवलं, आपण जरा जास्तच बोललो. बोलायला नको होतं. ती माणसं तिच्याकडे रागानं पाहत होती.

एकानं म्हटलं, ''ती आमचं नाव आणि कूळ वर काढते, आपण यांचा गणपती न्यायचाच नाही. चला परत जाऊ.''

त्या वयस्कर माणसानं परत म्हटलं, ''देव दारातून बाहेर काढलाय. समोर शिधा ठेवलाय. तो तसाच ठेवून जाणं बरोबर नाही. मुलाबाळांचं भलं व्हायला हवं.'' त्या माणसानंच आणखी दोन शंभराच्या नोटा काढून पानावर ठेवल्या.

यशवंत बाहेर उभा होता. त्यानं रामचंद्राला हाका मारून बाहेर बोलवलं. गणपती उचलून देसाईच्या डोकीवर दे म्हणून सांगितलं. रामचंद्रानं काही एक न बोलता गणपती उचलला. पण वाजंत्र्यानं वाद्य काही वाजवलं नाही. कुणी फटाकेही पेटवले नाहीत. ते न बोलताच चालू लागले. थोडं पुढं गेल्यावर त्यातल्या एका पोक्त माणसानं मागे वळून म्हटलं, ''पुढल्या वर्षी आणि गणपती करू नकोस आम्हांला. हाच शेवटचा. आमच्या पूर्वजांनी दिलेला शब्द मागे घेऊन जातोय आम्ही. तुमच्या वाडीवर यायला ही वाटही त्रासाचीच झालीय. अजून रस्ता नाही.''

तेव्हा तिथं किण्ण शांतता पसरली. पंख मोडलेला कावळा धप्प करून पुढंच पडावा तसं झालं.

विश्राम घरी जायला निघाला होता. सीताईनं अंगणातूनच विचारलं, ''काय झालं रे विश्राम?''

''देवासमोर भांडणं केली त्यांनी किमतीवरून. पण पानावर फारच कमी पैसे ठेवले त्यांनी. रामचंद्रअण्णानं म्हटलं, एकशे एक रुपयांत एक मोठा मासा येत नाही. राग आला त्यांना. पुढल्या व गणपती करू नका म्हणून सांगून गेले. पूर्वजांचा शब्द मागं घेतला त्यांनी.''

''हे वाईट झालं रे विश्रामा. मी लग्न होऊन आले तेव्हापासून पाहत्येय, देसाई दरवर्षी येऊन गणपती न्यायचे. त्या निमित्तानं थोरामोठ्यांचे पाय वाडीवर लागायचे. वाडीला शापच तो आता.''

''पण मी म्हणतो सीताई, या काळी कुंभारांनीच कमीपणा का घ्यायचा? बाहेर कुठं पाचशे रुपयांच्या खाली गणपती मिळत नाही. इथं मात्र कुंभाराच्या हातावर शंभर-दीडशेच टेकवतात. आपल्याच गणपतीला, आपल्याच मडक्यांना मोल का नसावं? कुंभाराच्या वस्त्रगाळ मातीत दगड कुणी कालवले हे?''

''पण पोटाला भूक लागली म्हणून कुणी मूल मारून खात नाही...'' ती एवढं बोलली आणि गप्प झाली. सहा महिन्यांपूर्वी तिनंही मुळावर घाव घालण्याचा प्रयत्न केला होता. सवाष्ण बायका मायट्या, पणत्या, तवे करतात म्हणून ती फार भांडली होती. रागाच्या भरात शास्त्र मोडून चाक माळ्यावरून उतरवून त्यावर मातीचे गळे काढले होते. विधवा असूनही चाकाच्या भोवऱ्याला हात घातला होता. नंतर बरेच दिवस ते गळे दारातल्या सीताफळाच्या झाडाखाली पडून होते. सुकून तडकून त्यांच्या करवंट्या झाल्या होत्या. एक दिवस तिच्या सुनेनं – तारानं रागानं ते बुट्टीत भरले आणि दूर नेऊन फोडून टाकले. म्हटलं, 'दिसतं मढं की येतं रडं.' तिथं वेडंवाकडं होऊन पडलेलं चाक घराच्या भिताडीला नेऊन ठेवलं. सासूला म्हटलं, ''विकून टाक ते चाक कुणाला तरी. माझ्या मुलाला तर नकोच ते अवचिन्न चाक.''

''तसं म्हणू नको तारा, कुंभारांच्या कित्येक पिढ्या त्यानंच पोसल्या आहेत.''

घनश्यामचा एक चुलता त्याच्या सासरीच मल्लापूरजवळ राहिला होता. त्याला तीन मुलगे, तीन मुली. सगळ्यांची लग्नं तिकडेच झाली होती. एके दिवशी त्याचा धाकटा मुलगा सीताराम अवचित वाडीवर आला. त्याच्याबरोबर त्याची बायको पण होती. गोल पसरट चेहऱ्याची, भरलेल्या अंगाबांध्याची. वाटत होतं, तिच्या डोळ्यांना थोडी जरी चमक असती, तर ती सुंदर दिसली असती. त्यांना लग्नाला सहासात वर्षं झाली, तरीही मूलही नव्हतं.

घनश्यामला सीताराम सांगू लागला, ''तिकडे धंदा एकदम बसलाय. कुणाचंही काही नीट चालत नाही. मी तुझ्याबरोबर राहतो इथं. कसंही असलं, तरी मी तुझा सख्खा चुलत भाऊ आहे.''

पण घनश्यामची बायको रुक्मिणी त्यांना ठेवून घ्यायला कधीच तयार नव्हती. तिनं म्हटलं, ''तुमचा धंदा तिकडे बसलाय आणि इकडे आमचा धंदा काय कळसाला पोहोचलाय? तू त्यांच्याकडे भांडून आलेला असणार, मला माहीत आहे. तू कुठंच टिकणारा माणूस नाहीस. आमच्याबरोबर राहायचं नाही, अजिबात नाही.''

त्याची ती गोरी पसरट अंगाची बायको बायजा, तिला 'अक्का, ताई' करत जवळ यायला बघत होती. पण रुक्मिणी तिच्याशी फटकूनच होती. तरी सीताराम गेला नाही. बायकोला घेऊन ओसरीवर बसून राहिला.

रुक्मिणीने दोन दिवस त्यांना पेजेचं पाणी, भात, कढी वाढलं, पण तो जात नव्हता. त्यानं येताना पोत्यात भरून थोडं सामान आणलं होतं. तो म्हणत होता, ''माझ्या पूर्वजांचं हे ठिकाण, मी इथंच पडून राहीन. होय, मी त्यांच्याशी भांडूनच आलो आहे. मी परत त्यांचं तोंड पाहणार नाही. मी घुमटं करतो. मी केलेली घुमटं कितीही वाजवली तरी वर्षं वर्षं फुटत नाहीत. मातीला मी ती ताकद देतो. रानातून कुणब्यांकडून मी घोरपडीची चामडी आणतो. घुमटावर बसवतो. ते सगळे पैसे आम्हांला दे म्हणतात, मी काही हौस केलेली त्यांना पाहवत नाही. आता घुमटं नाही, या मातीची मी जत्रेला बायकांसाठी दिवजं करणार.''

''तुझ्या कसल्या हौसा, कसले थेर आम्हांला माहीत आहे. अस्थिर माणूस तू. आता काय करतोस ते बोल'', घनश्याम म्हणाला.

''मी इथंच राहणार म्हटलं ना.''

''नाही. इथं राहू नकोस. तुझ्याकडे काही पैसे असतील, तर तिथं पांगाऱ्याच्या झाडाशी एक खोपटं बांधू. वाडीवरचे काही लोक कामाला येतील.''

त्यानं हजारभर रुपये खर्च करण्याची तयारी दाखवली. घनश्यामनं पाया पडून वाडीवरच्याच लहानमोठ्या आठ पुरुषांना तयार केलं. त्यांनी सीतारामची बायको बायजालाही बरोबरीनं कामाला घेतलं. त्यांनी सकाळसांज डोंगरात जाऊन दगड आणले. त्यांनी रानात जाऊन आडीमेढी आणल्या. पांगाऱ्याच्या झाडाशी एक गावठी बांबूंचा फड होता. त्यातून बांबू कापून घेतले. छत शाकारण्यासाठी शेतकऱ्याकडून गवताच्या पन्नास पेंड्या घेतल्या विकत. त्यांनीच वरच्या वर दगडाचा पाया घालून त्यावर छातीएवढ्या उंच अशा मातीच्या भिंती घातल्या. दहाएक दिवसांत दहाबारा फूट लांबीरुंदीची झोपडी तयार झाली. तिला एकच लहान खिडकी होती, दाराला बांबूच्या कामट्यांची ताटी लावली होती.

बायजा सगळी कामं उत्साहानं करत होती, डोंगरात जाऊन डोकीवर दगड दिला, तर तो हसतच डोकीवर घ्यायची आणि तो वाडीवर आणून टाकेपर्यंत हसतच यायची. कुणी कुठं दिसला, तर मोठ्यानं म्हणायची, 'आम्ही नवं घर बांधतोय'.

शेवटी घनश्यामनं सांगितल्यावर सीतारामनं कामाला आलेल्या कुंभारांना कोंबड्या कापून चांगलं जेवण दिलं. गोव्याच्या सीमेत जाऊन दारूच्या चार बाटल्याही आणल्या होत्या.

ती खोप घनश्यामच्या घराच्या मागे एका कोपऱ्यात होती. वर एक पांगाऱ्याचं झाड पसरलेलं होतं. पौष, माघ महिन्यांत ते लालभडक फुलांनी भरून जायचं. खोपीवर, खोपीच्या भोवती त्या लाल फुलांची रास पडायची. नंतर पांगाऱ्याच्या शेंगा सुकून फुटू लागल्या म्हणजे तांबड्याचुटुक बिया पडायच्या. लोक त्या खोपीला 'पांगाऱ्याची खोप' म्हणायचे. त्या बाजूनं लोकांची वर्दळही कमी होती. त्याच्या खालच्या बाजूला बारीक बांबूंचा एक मोठा फड होता. बाहेरून पाहिलं, तर इथं एक खोप आहे हे कळतच नव्हतं.

सीतारामची बायको गोरी, गुबगुबीत अंगाची होती. पण अगदी साधी, वेडीगबाळीच होती. कुणी काही सांगितलं, तर 'होय बाई, खरं बाई' म्हणायची आणि नंतर आपलंच काहीतरी बोलत राहायची. 'अगं तुझ्या नवऱ्यानं यापूर्वी तीन लग्नं केली आहेत, तीन गावांत त्याच्या तीन बायका' म्हणून सांगितल्यासही ती म्हणायची, ''होय बाई, खरं बाई.'' आणि मग आपलंच दुसरं काहीतरी – ''माझ्या वेळी आई सहा महिन्यांची गरोदर. आईनं केळी खाल्ली आणि साली खिडकीतून बाहेर फेकल्या. त्या बरोब्बर भुताच्या हातात पडल्या. भुताला आला राग. म्हणालं, तुला केळी आणि मला साली? आई मरता मरता वाचली... शेवग्याची फांदी मऊ. तो शेवग्याच्या झाडावर चढला आणि फांदीबरोबर खाली पडला. पाय मोडून घेतला, अजूनही घाटी चढताना पायाचा कट्‌ कट्‌ आवाज येतो...''

रानात जायची आणि विषारी काजऱ्याच्या झाडाची लाकडं घेऊन यायची. नवऱ्यानं किती बोललं, ठोकलं तरी ऐकतंच नव्हती. एकदा शहाण्यासारखी म्हणाली, ''आपणच रांधायचं, आपणच जेवायचं, कुणाच्या तोंडात एक घास घालत नाही. त्या विषानं मेलो तर मेलो, त्यात काय मोठं?''

तळ्यावर, डोंगरात गेल्यावर कितीही मोठी मातीची बुट्टी भरून दिली, तरी न थकता अंगणात आणून टाकायची, इतरांच्याच अंगणात. कारण तिचा नवरा मडकी करत नसे. आपल्याला पाहिजे तशीच माती स्वतः आणायचा आणि आताशी फक्त दिवजं करायचा. माती डोकीवर घेऊन येताना सीताईला ऐकू जाईल असं म्हणायचा, ''वेडी रांड, तिला माती पारखायला कळत नाही, की बडवून भिजवायला कळत नाही.''

लग्नाला सहा वर्षं झाली, तरी तिला मूल झालं नव्हतं. बायका तिची चेष्टा करायच्या, ''अगं बायजा, तुझ्या घुमटावर थाप पडतच नाही की काय गं?''

''आता घुमटं सोडली त्यानं. दिवजं करतो बायकांसाठी. आता गावोगावी जत्रा आणि रथापुढे दिवजं नाचवणाऱ्या बायका.''

''तुझ्या डोकीवरही एक दिवजं देऊन तुला नाचव म्हणून सांग त्याला.''

''माझा बाप घोरपड मारून आणायचा. कातडी काढून विकायचा. माझी आई घोरपडीच्या मांसाची छान सागुती करायची. हा बाप्या एक दिवस आला होता. बापाकडून चामडं घेतलं, आईनं सागुती वाढली; पण घरातून हलायलाच तयार नाही. मी तुमच्या मुलीबरोबर लग्न करतो म्हणाला. हलकट, मग माझं मांस खायला लागला.''

सीताराम फक्त दिवजंच करायचा, वेड लागल्यासारखा. गावागावांच्या जत्रांमध्ये यानं केलेली दशदिव्यांची दिवजं बायकांच्या डोकीवर देवापुढे असायची.

कारवार, काणकोण परिसरातील एक म्हणून जत्रा चुकवत नव्हता. जत्रेच्या चार दिवसांआधीच शिंकाळ्यात पन्नाससाठ दिवजं भरून घ्यायचा आणि डोकीवर घेऊन चालायला लागायचा. नंतर दहाबारा दिवस नाहीसाच व्हायचा. कुठं जत्रा करायचा, कुठं राहायचा, समजत नव्हतं. इकडे बायजा कुणाच्याही मातीच्या बुट्ट्या वाहायची. दिलेलं पेजेचं पाणी घोटायची, भात-भाकर खायची. क्वचितच आपलं मडकं चुलीवर चढवायची.

बाहेर गेला की सीताराम तिकडचं रंगेल, बुद्धिमान जग पाहून आलेला असायचा. घरी बायको काही वेडंवाकडं बोलली, तर तो तिला धरून बडवायचा. ती लहान मुलीसारखी रडायची. म्हणायची, ''तू येणार म्हणून शेरभर तांदूळ राखून ठेवले होते. भात मऊ झाला तर मऊ झाला म्हणतोस, घट्ट राहिला तर घट्ट म्हणतोस. मला वेडी म्हण तू, पण उगाच मारू नकोस.''

नंतर एक दिवस सीताराम जत्रेला म्हणून गेला, तो परत आलाच नाही. महिना, तीन महिने, सहा महिने झाले, तरी परत आला नाही. चुलतभाऊ घनश्याम तर त्याची माहिती काढायला तयार नव्हता. वर्षभरानं त्याच्या मल्लापूरच्या भावाकडून कळलं, त्यानं जांबावलीला एका बाईशी पुन्हा लग्न केलं आहे म्हणून.

समजल्यावर बायजा आधी खूप रडली. मग म्हणाली, ''तसलाच लुच्चा तो. मला सांगायचा, दिवजं खपवल्यावर मी अबोलीची फुलं घेऊन विकायला बसतो म्हणून. फुलं माळून आणि दिवजं डोकीवर देऊन भाळवलं असेल कुणाला तरी.''

पण तिन्हीसांजेला काळोख व्हायला लागला, तेव्हा काय झालं, ती झोपडीच्या दारावर बसून मोठ्यानं गळा काढून रडायला लागली, कुणीतरी मेल्यासारखी. मग जवळची कुत्रीही तसाच सूर काढून ओरडायला लागली. वाडीवर अपशकुनी आतंकसा पसरला.

कोण कोण बायका, पुरुष तिकडे गेले. यशवंत म्हणाला, "तो मेल्यासारखी का रडतेस तू? तो तिथं त्याची गरज भागवतोय. येईल तेव्हा येईल. तू तुझं बघ."

कुणीही तळ्यावर, डोंगरात माती आणायला जाताना दिसला की ही हातात बुट्टी घेऊन त्यांच्याबरोबर धावत जायची. त्यांची माती डोकीवरून वाहून आणायची. कुणी अंगणात माती बडवताना दिसली की हीही हाती कुडती घेऊन तिची माती बडवायला लागायची. नको म्हटलं, तरी ऐकत नव्हती. कुणी आवा पेटवताना दिसला की ही उगीच तिथं रेंगाळत राहायची. म्हणायची, "माझ्याकडं बारीक लाकडं आहेत आवा पेटवायला. घेऊन येऊ? मग मला एक लहानसं मडकं दे." सहसा ते नकोच म्हणायचे.

एक दिवस गोपाळ आवा रचून तो पेटवत होता. तेव्हाच बायजानं म्हटलं, "आव्यात मडकं फुटलेलं मिळालं, तर मला दे रे मग. तो एक कुळवाडी पाहिजे म्हणत होता, बुजगावण्याच्या डोकीवर ठेवायला."

गोपाळ एकदम संतापला, "अवचिन्न रांड कुठली, सुरुवात करत असतानाच मडकी फुटू दे म्हणतेस? चालती हो इथून, नाही तर डोकीवर सोटा घालीन."

नवरा सोडून गेल्यापासून पुरुष कधी नव्हे ते तिच्या झोपडीभोवती घुटमळू लागले. तळ्यावर तिच्या डोकीवर बुट्टी ठेवत असताना कुणीही कुठंही तिला चिमटा काढायचा. छाती आवळायचा. ती 'शीऽ दुखतं मला' म्हणायची आणि मागं वळून चालायला लागायची.

क्वचित एखाद्या बाईच्या लक्षात हे यायचं. ती बाई विचारायची, "पुरुष काही करतात का गं तुला वावगं?"

ती म्हणायची, "पुरुषांची जातच ती निलाजरी. त्यांना आणखी कोण काय सांगणार?"

आता रात्री–अपरात्री कुणीही तिच्या खोपीत घुसायचा आणि तिच्या कमरेला हात घालून तिला आडवी पाडायचा. तिचा होकारही नसे आणि नकारही. माजावर आलेल्या कुत्रीसारखी चींचीं करत उगी पडून राहायची. तरणे, वयस्क कुणीही यायचे. नंतर नंतर तर मागच्या वाटेवरून येऊन कुणी कुळवाडीही तिच्या खोलीत घुसू लागले.

नेहमीच हे असं चाललं होतं. बरेच जण यात गुंतले होते. कुणी काही बोलत नव्हता. बायकांच्या कानावरही या गोष्टी येत होत्या. पण त्या दुष्टपणानं हा खेळ पाहत होत्या. आतून त्यांना अनामिक आनंद मिळत होता. भिजल्या तोंडानं त्या हळूहळू बोलायच्या, ''तरणी आहे, नवरा सोडून गेला आहे, तिला म्हणून ते सुख नको?''

बायजानं कुणाकडून एक पैसा कधी घेतला नाही. ती पूर्वीसारखीच माती वाहून आणत होती, बडवत होती, कुणी दिलेलं काही खात होती.

कुणी बाई हे सगळं सीताईकडे जाऊन बोलत असे. सीताई सावधपणे आतल्या बाजूला पाहायची. सून जवळ नाही ना याची खातरी करून घ्यायची.

पस्तिशीतल्या वयातली विधवा सून घरात होती. तिची होणारी घुसमट सीताई पाहत होती. ती चुलीतली जळकी कोलितं बाहेर काढून आपटायची. कधी निखारा तिच्या पायाला लागायचा. घरातली तांब्याची दोन भांडी आपसांत आपटून खेळल्यासारखी करायची. सीताई थंडपणानं कानोसा घ्यायची. म्हणून बाहेरच्या या चवचाल बातम्यांपासून सुनेला दूर ठेवायची. म्हणून बायजाच्या या गोष्टींत तिला बोलायलाच नको वाटे.

दीडेक वर्षं हे असं चाललं होतं बायजाचं. हळूहळू ती या सगळ्याला विटून गेली. गप्प गप्प राहायला लागली. आता कुणा पुरुषाची चाहूल लागली, तर घाबरल्यासारखी व्हायची. कमरेला हात घातल्यावर लहान मुलीसारखी 'ई, ईऽ, नको नको' करायची.

धर्मूची आजी आता नव्वद वर्षांची झाली होती. धर्मूची आई लवकरच गेली होती, पण आजीनं नव्वदी पार केली होती. गेल्या चार वर्षांत धर्मूचं पिणं खूपच वाढलं होतं. पिऊन शेतात, शेताच्या बांधावर कुठंही पडलेला असायचा. शेतकरी कुठूनही हाका द्यायचे, ''धर्मू पडला आहे. बघा इथं. उन्हात आहे.'' घरी आला, तर व्हरांड्यात बसून कुणाच्याही नावानं शिव्या देत राहायचा. शरीरानं अगदीच खंगला होता. त्याची बायको आणि धाकटा भाऊ कसेतरी कुंभारधंदा सांभाळून होते. बायको मेल्यापासून धाकटा भाऊ शाणू नैराश्यातच वावरत होता.

म्हाताऱ्या आजीला कुणीच बघायचे नाहीत. तीसुद्धा अशी हट्टी होती, बाहेर भीक मागत फिरायची. कुंभारवाडीवरच नव्हे, शेतकऱ्यांच्या वाडीवरही हाती परळ घेऊन जायची आणि 'मला थोडा भात, पेज वाढा गं बाई' म्हणायची. हातात परळ घेऊन काठी टेकवत हुंहुं करत चालायची. पाय

इतके बारीक झाले होते, पाय कुठला आणि काठी कुठली ते कळत नव्हतं. तिचे सगळेच्या सगळे दात पडले होते आणि तोंडाचं बोळकं झालं होतं. धर्मूसारखीच ती काळी होती आणि दोन्ही गालफडं पुरी बसली होती. डोकीवरचे केसही गेल्यानं विद्रूप दिसत होती. कुणाच्याही एकदम पुढ्यात जाऊन मिचमिच्या खोल नजरेनं पाहत विचारायची, ''रात्री कोण रडत होतं तुमच्या घरात?'' पण तिचा खाण्याचा झपाटा फार होता. मिळेल ते पोटात ढकलत राहायची.

पूर्वी ती एक गोष्ट सांगायची. फार पूर्वी म्हणे एकदा कुंभारांची सत्त्वपरीक्षा घ्यायला ईश्वर संन्याशाचा वेश घेऊन कुंभारवस्तीवर आला. तिथं दोघे भाऊ आवा टाकताना त्यांची नजर चुकवून ईश्वराने एक सोन्याचा वाडगा आव्यातल्या मडक्यांबरोबर ठेवला.

दुसऱ्या दिवशी आवा मोकळा करताना त्यांना तो सोन्याचा वाडगा मिळाला. त्यांनी तो गुपचूप आत नेऊन ठेवला. संन्यासी वेशात ईश्वर पुन्हा परत आला. विचारलं, ''आवा कसा झाला? काय मिळालं?''

कुंभार म्हणाला, ''मिळणार आणखी काय? मिळाली माती आणि राख.''

देवानं शाप दिला, ''तुमच्या नशिबात जन्मभर माती आणि राखच असेल.''

पुढे ते दोघे भाऊ त्या सोन्याच्या वाडग्यासाठीच भांडून मेले. आताही कुंभारांच्या भावांमध्ये प्रेमभावना नसतेच. लग्न झालं की दुसऱ्या दिवशी भाऊ वेगळी चूल मांडतो. शिवाय माती आणि राख खावी इतकं दारिद्र्य!

म्हातारी आजी रात्री-अपरात्री वाडीवर फिरत असायची. तिनं पाहिलं, रात्रीच्या वेळेला पुरुष बायजाच्या खोपीत शिरतात. मग ती रडल्यासारखी करते. खोपीला पाठीमागे एक लहान खिडकी होती. त्याला गोणपाट लावलेलं होतं. ते गोणपाट जरा बाजूला करून आतल्या चिमणीच्या उजेडात तिनं पाहिलं, कमरेला हात घातला की बायजा रडवेली होते; पण त्याच्या अंगाखाली गेली, म्हणजे ती उगी होते, सुसकारत राहते.

एके दिवशी दुपारची ती बायजाच्या घरी गेली. म्हातारीच्या बोबड्या बोलात तिनं विचारलं, ''तू छिनाल बाई, कुणालाही घरात घेतेस, तुझ्यासारख्या वेडीगबाळीला इतकी हौस? येईल त्याच्याबरोबर तू झोपतेस?''

''ते पुरुष येतात गं, आणि घट्ट धरतात कमरेला. मी काय करणार? माझा नवरा का म्हणून सोडून गेला? त्यानं राहायचं नाही?''

''तुला अजून पुरुष हवेच म्हणतेस?''

''नको आजी, नको. पण कोण थोपवणार त्यांना? कंटाळा आलाय मला. मल्लापूरला परत गेले असते, पण तेही मारतात मला.''

''आता मी बघते कोण तुझ्या नेसणाला हात घालतात ते. चल वाढ मला, काय असेल ते वाढ.''

आता ती रोज रात्रीची बायजाच्या खोपीच्या दारात आडवी निजायची. बाहेर पावलं वाजली की जमिनीवर काठी आपटायची. खोपीच्या ताटीला हात घातला गेला की खेऽ करून बेडकं काढत खोकायची, बाहेरच्याला वाटेल, ही आत्ता बेडकं टाकेल आपल्यावर. तो नाहीसा व्हायचा.

मग ते सगळं बंदच झालं.

एक दिवस ते नावाडी कोळी आंब्याचं झाड मागायला म्हणून परत आले. ते तिघं जण येऊन आंब्याच्या झाडाभोवती फिरत ते पारखत होते. उगीच धबधब त्यावर हात मारत होते. कुणीतरी झाडाखाली उभे राहून बोलत आहेत, झाडाकडे निरखून पाहत आहेत, हे बघून गोपाळ, पुरशा, शिवराम त्यांच्याकडे गेले. पुरशा म्हणाला, ''आम्ही झाड विकणार नाही म्हणून सांगितलं होतं ना एकदा, मग परत का आलात?''

''तुमच्याच एका माणसानं सांगितलं आहे आम्हांला, झाड देणार म्हणून.''

''कोण तो?''

''नाव काही माहीत नाही. पण ओळखतो तोंडावरनं.''

काही वेळ कुणी काही बोलला नाही. पण त्यांनाच जाणवत होतं, आपण मनानं कमकुवत होत चाललो आहोत. आपण ठामपणे नकार देऊ शकत नाही. हा आपला मोह की गरज?

धंदा पार बसलेला होता. प्रत्येकाला काही ना काही नड होती. आत्ता, उद्या काही ना काही घरात आणायचं होतं. पोटाला अन्नसुद्धा. गोपाळच्या मुलीला सोळावं संपलं होतं. कुंभारांच्यात सोळा म्हणजे जास्तच होतं. विश्रामच्या बायकोला पुन्हा पुन्हा मूत अडत असल्यामुळे पणजीच्या हास्पिटलमध्ये ने म्हणून डॉक्टरनं सांगितलं होतं. सीताईला पैसे मिळाले असते, तर तिनं आधी घरात गोणीभर तांदूळ आणून टाकले असते. नातवाची भूक वाढत होती. सुनेला तातडीनं एक लुगडं आणायला हवं होतं. धर्मूची दारूची तहान वाढतच होती.

त्यांनी त्या दोघांना म्हटलं, ''संध्याकाळी सगळ्यांना बोलवून काय ते विचारून घेतो. संमती हवी सगळ्यांची. पण एक सांगतो, ही आमची संपत्ती. स्वस्तात मागायला बघाल, तर मिळणार नाही. लाखांचा ऐवज आहे.''

''नाही, नाही, तेवढे नाहीच. बोलून बघा तुम्ही. ठरवा तुम्ही. येऊ आम्ही दोन दिवसांनी.'' ते जायला निघाले.

सगळ्यांना बातमी लागली होती. संध्याकाळी एकदा पुरशानं सगळ्यांना मोठ्यानं हाळी दिली. एकेक येऊन जाणत्या सोयरू सुताराच्या अंगणात

जमा झाले. प्रत्येकाला वाटत होतं, ही गावाची सावली, मुलाबाळांच्या तोंडचा घास; तो विकू नये. आंब्यांच्या दिवसांत इथं एक आनंदाचा उत्सव चालतो. कुंभारांचं ते सामाईक धन आहे. त्याच्यामुळे कुंभारांमध्ये एक बांधिलकी, एकत्रपणाची भावना आहे.

पण अडचणीच्या वेळेला एकेक पैसा पुनवेच्या चंद्रासारखा वाटत होता.

पूर्वी हे कुंभार कसल्याही चौकशीसाठी एकत्र आले की आपला शहाणपणा दाखवण्यासाठी एकमेकांवर तुटून पडायचे. पण आज सगळे उगी उगी होते. आपल्यापैकी कुणी एकदोघांनी बोलून सगळं थाऱ्यावर टाकावं असं त्यांना वाटत होतं. आपण आधी बोललो, तर पातकाचे धनी होऊ! आपण फक्त 'होय' म्हणून डोकं हलवायचं. घनश्याम चिरक्या आवाजात म्हणाला, ''वर्षभर सावली आणि हिवाळ्यात जास्त थंडी पडते. मडकी सुकत टाकायला उन्हं शोधत वाडीबाहेर जावं लागतं.''

सीताई तिथं उभी होती. तिला हसावं की रडावं ते कळत नव्हतं!

''आंबेही फार वर. कावळे, वटवाघळं खाऊन जातात.''

झाड द्यायला सगळे राजी आहेत असं धरून रामचंद्रानं म्हटलं, ''झाड उभं उंच आहे. बुंधा तिघांच्या वेंगेत मावणार नाही. मोठी नाव होईल त्याची. आपण पन्नास हजाराला सांगू.''

पुरशा म्हणाला, ''नाही, आपण ऐंशीला सांगायचं. मग खाली आणता आणता सत्तरला धरून बसायचं.''

रामचंद्र पुन्हा म्हणाला, ''तेवढ्याला ते तयार होतील असं वाटत नाही. आपण आपसात एक शेवटचा आकडा ठरवून टाकू या.''

यशवंत म्हणाला, ''सत्तरला तटून बसायचं. त्याच्याखाली यायचंच नाही. रामचंद्र तू, गोपाळ आणि पुरशा बोला त्यांच्याशी.''

''आम्ही जास्तीत जास्त मिळवण्याचे प्रयत्न करूच. नाहीच साधलं, तर सत्तर हजार हा शेवटचा आकडा ठरवू. मान्य नसेल, तर बोला.''

सगळे गप्पच राहिले. घनश्याम म्हणाला, ''फांद्या खाली घेताना कुणाच्या घराला काही नुकसान होता कामा नये.''

''सांगणारच ते आम्ही त्यांना.''

शेवटी व्यवहार सत्तर हजारांवरच ठरला.

एके दिवशी पाचसहा कोळी मोठाले दोर आणि कुऱ्हाडी घेऊन आले. झाडावर चढून झाडं मारण्यात तरबेज असे दोघे इसम त्यांच्याबरोबर ते घेऊन आले होते. तो त्यांचा पेशाच होता. ते दोर घालून वरच्या शेंड्यावर

चढले आणि एकेक फांदी कापू लागले. फांद्या बऱ्याच घरांवरून पसरल्या होत्या. जिकिरीचं काम होतं, पण ते हुशार होते. फांद्यांना दोर घालून ती घरांवर पडू न देता तो कोणत्या दिशेनं ओढून घ्यावा हे त्यांना बरोबर कळत होतं. दोर ओढायला खाली कोळी तत्पर होते.

दोन दिवसांत सगळ्या फांद्या खाली आल्या आणि बुंधा तेवढा उभा उरला. सगळी संपत्ती हरवल्यासारखा तो वृक्ष बापुडा दिसत होता. फांद्या बाजूला झाल्यावर वाडीवरचं निळं अभाळ स्वच्छ दिसू लागलं आणि उन्हं थेट उतरू लागली. झाकून असलेली घरांची छपरं आता उघडी झाली आणि ती आता गरीब, मोडकी आणि कुरूप दिसायला लागली. कुंभार अस्वस्थपणे दिवसभर आतबाहेर करत होते. हे असं पडीक, उघडं आकाश, हा उष्ण चकचकाट, हे आपल्याला सोसवणार नाही असं त्यांना वाटत होतं. आपण आपली सामाईक सावली विकून खाल्ली म्हणून ते मनातून हळहळत होते.

आदल्या दिवशी पहिली फांदी भूमीवर पडली, तेव्हा धर्मू कुठून तरी टपकला. दारूच्या नशेत बुडालेला होता. तो कोळ्यांवर ओरडला, ''अरे मोठ्या तांडेला, झाड मारण्यापूर्वी तू झाडाची पूजा केली होतीस?''

''होय, आधी हात लावून पाया पडूनच कुऱ्हाड घातली होती.''

''झाडाला गंधफूल का नाही?''

''तशी पूजा केली नाही. फक्त नमस्कार केला.''

''ते काही नाही. ही सगळी जागा कुळवाड्यांची. झाड फॉरेस्ट खात्याचं. कुंभारांना राहायला म्हणून दिलेली जागा ही. हा असा जातो आणि कुळवाड्यांना पाठवून देतो. रेंजरला सांगतो. काहीच हलवायला मिळणार नाही.''

''पण तुमच्या सोयरू सुताराकडे सत्तर हजार दिले आहेत.''

''ऐंशी हजार ठरवले होते आम्ही. सत्तर हजारावर कुणी कसं काय आणलं? मला ठाऊक आहे, त्यांनी कमिशन खाल्लं आहे तुमच्याकडून.''

''तसं काही नाही.''

''काही नाही काय, मी फॉरेस्ट रेंजरकडेच जातो आता.''

रामचंद्र बाजूला उभा होता, सगळं ऐकत होता. पुढं होत तो रागानं ओरडला, ''रांडेच्या! धमकी घालतोय कुळवाड्यांची, रेंजरची. दीडशे-दोनशे वर्षं झाली कुंभार इथं राहत आहेत. रेकॉर्डवर, नकाशावर आमची नावं लागली आहेत. दारूच्या मुताची तल्लफ लागली असेल, तर मागून घे त्यांच्याकडून पाच-दहा. पण धमक्या देऊ नकोस.''

त्या मोठ्या तांडेलानं धर्मूला बोलवून दहादहाच्या दोन नोटा काढून दिल्या. तो उगी गेला. जाताना बडबड करत होता, ''या नावेतून राशींनी मासे पडतील बघा. मोठमोठे इस्वण, काळे पापलेट, पांढरे पापलेट, रावस... तेव्हा कुंभारांची आठवण करा. कधी पोहोचवा चांगले मासे. हे कुंभार त्या कुळवाड्यांसारखे बैलांच्या मानेवर जू ठेवून त्यांची पाठ फोडत नाहीत.''

तिसऱ्या दिवशी त्यांनी झाडाचा बुंधाही मुळातून कापून खाली पाडला. शेकडो वर्षांपासून धरतीच्या पोटातला ओलावा अलगद ओढून घेत पानाफुलांचा, फळांचा वर्षाव करणारा, सावली देणारा तो देवऋषी भूमीवर साष्टांग आडवा पडला होता. काल होता धरतीच्या मुळापर्यंत पोहोचलेला,

आभाळ व्यापून असलेला. पण आज त्याचं निर्जीव कलेवर आडवं पडलं होतं. बघितलं, तर त्याच्या मुळाकडून पाण्याचे थेंब टपकत होते. अश्रू गळावे तसे. कुणाच्या नावानं रडत होता तो? कुणाला श्रापत होता तो?

पण गरीब कुंभारांनी घराघरांतून मिळालेल्या साताठ हजार रुपयांतून आपल्या बऱ्याच गरजा भागवल्या होत्या. सीताईनं सगळ्यात प्रथम सुनेला एक छान लुगडं-पोलकं आणलं होतं.

रात्रीचे दहा वाजून गेले होते. पुढच्या पडवीत बसून राघोबा टॉक-टॉक आवाज करत मडकं पेटत होता. समोर पेटलेल्या दिव्याच्या उजेडात तो मखरात बसलेल्या देवासारखा दिसत होता. हातात पेटणं आणि मडक्याच्या

आतल्या बाजूला गुळगुळीत सपाट दगड धरलेला होता. पेटताना मधून मधून चिकणमाती लावून घेत होता. माती सुकलीशी वाटली, तर बाजूला ठेवलेल्या पाण्याच्या भांड्यात कापडाचा बोळा बुडवून माती ओली करून घेत होता. तेव्हा गोपाळ आत आला. बाजूला असलेला एक पाट घेऊन त्याच्यासमोर बसला. त्याचे हातही मातीनं भरलेलेच होते. तोही मडकं पेटता पेटता आला असावा असं वाटत होतं.

''राघोबा, असं वाटतं की, कुंभाराच्या हातात दत्तात्रयाच्या हातातली चार अस्त्रंच आहेत, गदा, चक्र, शंख, पद्म! गदेनं म्हणजे कुडतीनं माती कुटून तू मऊ करून घेतोस. चाकावर गळे काढतोस. ते बघ मडक्याच्या आतून तू शंखासारखा गुळगुळीत दगड धरला आहेस. यातून तू ते मडक्याचं सुंदर कमळ फुलवतो आहेस.''

''खरंय तुझं गोपाळअण्णा. फार पुरातन व्यवसाय हा. ब्रह्मदेवानं पृथ्वीचा पाया घालताना गणेशपूजा केली होती म्हणे. तेव्हा त्यानं कुंभाराला कुंभ घेऊन यायला मानाचं आवतण दिलं होतं म्हणे.''

''पूर्वी देवळाच्या शिखरावर कुंभारानं केलेले मातीचे कळस असायचे. आमचे पूर्वज पुरुषभर उंच मातीचे कळस करायचे.''

''हो, खरंच ते. बोल आता रात्रीचा कसा काय आलायस तू?''

''माझ्या मुलीला, शकुंतलेला एक सोयरीक आलीय कणसगिरीहून. हरी मुळवेकराचा मुलगा देवीदास. तिथंच तुझं सासर, ती माणसं कशी आहेत?''

''सासर म्हणतोस? पण मला तिकडे जाऊन तीनेक वर्षं झाली. फुरसत आहे कुठं? नेहमी कामाच्या रगाड्यात. मडकी भाजून ओझं बायकोच्या डोकीवर द्यायचं आणि पुन्हा मडकी पेटायला बसायचं. माझ्या तिकडे जास्त ओळखी नाहीत. अपरूपीला विचारून बघ.''

अपरूपी मधल्या दाराशी येऊन उभी होती. लग्नानंतर आठ वर्षांनी तिला गर्भारपण आलं होतं. तुपातलं, मधातलं अन्न जेवल्यासारखी ती तृप्त दिसत होती. मुळातला काळसर रंग जाऊन कशी गोरी, टवटवीत दिसत होती! मोगरीची फुलं खुडल्यासारखी उस्स उस्स करत होती. तिला विचारल्यावर ती म्हणाली, ''हरीदादाचा दुसऱ्या नंबरचा मुलगा देवीदास ना? मेहनती आहे तो. एवढासा असताना कारवारला आठवड्याच्या बाजारात मडक्यांचं ओझं घेऊन जायचा. गोरा आहे, पण जरा उंची कमी आहे. पण शकुंतलेला शोभेल तो उंचीला. त्याचा बाबा हरीदादा बिचारा मुका देव. कुणाच्या अध्यात नाही मध्यात नाही, आपण बरं आणि आपलं काम बरं.''

''त्याची आई?''

''कमरेनं जरा वाकडी आहे ती. ती सात महिन्यांची तान्ही असताना त्यांच्याकडे कुणी पाहुणा आला होता. तो रात्रीच्या अंधारात उठून बाहेर येत असताना चुकून त्याचा पाय तिच्यावर पडला. मग कंबर वाकडीच राहिली. तरी सगळी कामं करते. मडकी विकायला जाते. मनानं बरी आहे, दानत आहे. मध्यरात्रीला कुणी आला, तरी उपाशी राहणार नाही.''

गोपाळला जरा आश्चर्य वाटत होतं. तिखट तोंडाची अशी अपरूपी आज मऊ, गोड बोलत होती. जड देहाची, दोन जिवांची बाई होती ती आता!

राघोबा मध्येच म्हणाला, ''कुंभार बरा काय आणि वाईट काय! हातापायानं धडधाकट असला, तर पुरे. बरा असला म्हणून काय सोनं पेटणार आहे? मातीच पेटायची ना?''

''तसं नाही, कुंभारधंदा आता मोडीस आला आहे. उद्या दुसरं काहीतरी करावं लागेल. अंगात थोडी हुशारी असली, तर बरी.''

अपरूपीनं म्हटलं, ''आहे तसा तो हुशार. काहीतरी करेल, उपाशी पडणार नाही. रविवारच्या बाजारात तोच बसतो मडकी विकत.''

त्यानंतर लवकरच शकुंतलाचं लग्न कणसगिरीच्या हरीचा मुलगा देवीदासशी ठरलं. एके दिवशी चारपाच कुंभार तिकडे गेले व शब्दाचा नारळ फोडून लग्न पक्कं करूनच आले. लग्न पक्कं झाल्याचं वाडीवरच्या लोकांना समजावं म्हणून त्या खोबऱ्याचे दोन दोन तुकडे घराघरांतून वाटले.

आश्चर्य म्हणजे तत्पूर्वी नवरानवरीचं पाहणं वगैरे झालंच नव्हतं. वडीलधाऱ्यांनी ठरवलं आहे ते उगी मानून घ्या अशीच परंपरा होती. पण काळ कूस बदलत होता. एक दिवस देवीदास आपल्या एका मित्राला घेऊन परस्पर वाडीवर आला. त्याला उत्सुकता, हुरहुर लागली होती, आपली नवरी कशी दिसत्येय ते बघण्याची. सायकली दूर शेतातच ठेवून ते वाडीवर आले. कुणाला काही कळवलं नव्हतं. परस्पर आले, ते मुलगी बाहेर कुठेतरी परस्पर पाहूनच त्यांना जायचं होतं.

वाडीच्या मधोमध कुंभारांचा एक कौलारू छपराचा मांगर होता. पावसाळ्यात वगैरे त्याचा कामाला पुष्कळ उपयोग व्हायचा. त्याच्या पुढंच बसून शकुंतला बारीक चाळणीनं माती चाळत होती. केसावर, अंगावरील पुऱ्या कपड्यांवर मातीची धूळ बसली होती. वाडीवर येताना त्या नवऱ्या मुलाला विश्रामनं ओळखलं. तो घाईघाईनं शकुंतलाशी गेला. म्हणाला, ''हा नवरा मुलगा येतोय बघ. पळ तू घरात.''

ती उठून उभी राहून कपडे झाडायला बघत्येय, तोवर ते जवळच पोहोचले. ती एकदम घराच्या बाजूनं धावायलाच लागली. ते दोघे बरेच हसले. तिच्या घाईगडबडीमुळे त्यांनी ओळखलं, हीच नवरी मुलगी म्हणून. विश्राम जवळच होता. तो पुढं आला. म्हणाला, ''मातीनं भरलीय, पण गोरी, सुस्वरूप आहे ती. घरी जाऊन बघता? न्हाऊन वगैरे येईल ती.''

नवऱ्या मुलानं म्हटलं, ''नको नको. ठीक आहे ती. बरी आहे.'' ते मागे वळून जायला लागले. ते वाडीच्या बाहेर जाऊन चालायला लागले, तेव्हा वडील गोपाळ घाईघाईत आला. त्यानं मोठ्यानं म्हटलं, ''चहा तरी घेऊन जा.''

तो बरोबरचा तरुण म्हणाला, ''नको आता, जातो. मुलगी पसंत आहे त्याला.''

लग्न मेच्या चार तारखेला म्हणजे बावीस दिवसांवरच येऊन ठेपलं होतं. गोपाळ आणि त्याची बायको गुलाबी मोठ्या घाईगडबडीनं लग्नाच्या कामाला लागले होते. शब्दाचा नारळ फोडला, तेव्हा देण्याघेण्याचं काही ठरलं नव्हतं. पण शास्त्र म्हणून होतं, पद्धत म्हणून होती. गोपाळच्याही इज्जतीचा प्रश्न होता. अंगणात मांडव घालून दोन्हीकडच्यांना जेवण तरी चांगलं द्यायला हवं होतं. देण्याचं थोडंतरी पाहायला हवं होतं. लग्नाची शास्त्रं करायला भटालाही बोलवायला हवं होतं.

त्यानं सीमंत पूजेच्या वेळेला नवऱ्या मुलाला देण्यासाठी एक पॅण्टचा कपडा आणला. नवऱ्याच्या आईसाठी एक लुगडं आणलं.

झाड विकून साडेसात हजार आलेले होते. गोपाळचा लग्न झालेला धाकटा भाऊ विश्राम त्याच्याबरोबरच राहत होता. पैशांचं काय करायचं म्हणून त्याला विचारल्यावर तो म्हणाला, ''लग्नखर्चाचंच बघ तू आधी.''

मग नवरीला दोन गोल साड्या, पोलकी आणली. नवरीच्या आयला एक साडी आणली. तांदूळ, जेवणाचे इतर जिन्नस आणताना उधारी-उसनवारी करावीच लागली. तरी एक बरं होतं, कुंभारांवर लोकांचा विश्वास होता. बाजारातले किराणा दुकानवाले कुंभाराच्या ऐपतीप्रमाणे माल उधार द्यायचे. ते कधी कुणाचे पैसे बुडवत नसत. बायका तर उधारी चुकवण्याच्याच खटाटोपात असत.

सीताई तर गेले आठ दिवस लग्नाच्या घरातच वावरत होती. कोणते विधी, कसली शास्त्र, ते केव्हा करायचे, कोणतं सामान किती लागेल, हे सर्व तिला माहीत होतं. घरातल्या माणसांनाच धमकावत ती सगळं करून

घ्यायची. जेवणाला लागणाऱ्या सामानाची सूची तिनं बरोब्बर दिली होती. आणून टाकलेलं सामान तीच सांभाळायची आणि काटकसरीनं काढून द्यायची.

सीताईचं तसंच होतं, वाडीवर कुणाच्या घरात मरण असो, बाळंतपण असो किंवा लग्न असो; तेवढ्यापुरतं ते घर तिचं व्हायचं. मागचं-पुढचं विसरून ती कामाला लागायची. दीडेक वर्षांपूर्वी पुरुष, सवाष्ण बायका बिनगळ्यांची मडकी करतात म्हणून त्यांच्यामध्ये मोठ्ठं भांडण झालं होतं. पण त्याचा मागमूसही आता कुठं नव्हता.

लग्नाच्या पाच दिवसांआधी बायकांनी लग्नघराचं अंगण नीट शेणानं लिंपलं. पुरुषांनी मुहूर्तमेढ रोवून त्यावर मांडव घातला. बायकांनी पाच जाती मांडून दोन दिवस दळण केलं. दळताना ओव्या गायल्या. विश्रामची बायको श्रीमंतीचा आवाज गोड, नाजूक होता. ती ओव्या म्हणायची आणि मागून साऱ्या सूर धरायच्या -

नवऱ्या घरी तांब्याचं गेऽ ताम्हण
नवरा रूपानं गेऽ गोरा गोरा बामण
बये शकुंतला लाजतेस का गेऽ फुला
बसवून नेईल पालखीत गेऽ तुला

लग्नाच्या आदल्या दिवशी पुरुषांनी कुळवाड्यांच्या वाडीवर जाऊन खळ्यावर पसरवतात त्या मोठ्या चटया मांडवात पसरवण्यासाठी म्हणून आणल्या. रांधण्यासाठी बरीच तांब्या-पितळेची भांडी पण आणली.

मांडवात चटया पसरवल्या, मांडवाला आडव्या-उभ्या आंब्याच्या खूप डहाळ्या दोरीत गुंफून लावल्या. आता त्या मांडवाला खरंच देवमंडपाचं रूप आलं, देवळाचं पावित्र्य आलं.

आव्याच्या भट्टीजवळ रांधण्यासाठी लहानसाच वेगळा मांडव घातला. त्यात मोठाल्या चुली मांडल्या. मातीचे मोठे हंडे पाण्यानं भरून ठेवले.

लग्नाच्या दिवशी वाडीवरचे सगळे स्त्री-पुरुष घरात, मांडवात उत्साहानं आणि एकजुटीनं वावरत होते. मुलं मांडवात आनंदानं कलकलाट करीत होती. ते वातावरण इतकं आनंदानं आणि उल्हासानं भरून गेलं होतं, की वाडीचं एक तीर्थक्षेत्रच झालं होतं.

घरात-बाहेर अत्यंत गरिबी आणि त्यात कुंभारांना पडलेलं एक दिवास्वप्न. ही सामाईक स्वप्नं पुन्हा पुन्हा पडत राहायची आणि कुंभार गरिबीची तमा न बाळगता हे सोहाळे साजरे करत राहायचा. पैशाच्याच नव्हे, तर सामाईकपणाच्या बळावर!

अकरा अठ्ठावन्नला लग्नाचा मुहूर्त होता. पण लग्नाचं वऱ्हाड रस्त्यावर येऊन पोहोचायलाच उशीर झाला. ते एका जुनाट मालवाहू टेम्पोत बसून आले होते. रस्त्यावर टेम्पो उभा करून शेतातून चालत वाडीवर पोहोचायला आणखीनच उशीर झाला. त्यातच ती करवली – तिचं गेल्या वर्षीच लग्न झालं होतं आणि तिला दिवस गेले होते – ती भोवळ येऊन नव्या साडीतच शेतातल्या मातीतच बसली. तिला सावरून बरोबर आणायला अजून वेळ गेला.

भट येऊन होमाच्या ठिकाणी स्वस्तिक काढून, पूजेचं सामान मांडून उगी मांडवात बसला होता. तो मनातून म्हणत होता, ''तुम्ही पाहिजे तेव्हा नवरानवरीला आणून उभं करा. मी लावून देतो लग्न, मुहूर्ताची वेळ टळून गेली तरी.''

आंब्याचं झाड कापल्यापासून वाडीवर उजेड जास्तच पडत होता. सगळं विसकटून दूर झाल्यासारखं वाटत होतं. लोक दूर दूर उभे आहेत आणि पूर्वीसारखे आपलेपणानं गुजगोष्टी करीत नाहीत असं जाणवत होतं. पुरुषांना हा विसकळीतपणा, ते ऊन जास्तच जाणवत होतं. एवढ्यात वाजंत्र्यांची वाद्यं कानावर आली आणि वाडीवर हुरहुर आणि उत्सुकता पसरली.

वऱ्हाड आत शिरताना हाती घड्याळ बांधलेला एक जण घाई करत म्हणत होता, ''उशीर झाला, बराच उशीर झाला, आटपा लवकर.'' एका त्यांच्याच पुरुषानं त्याला फटकारत म्हटलं, ''तुझं घड्याळ पुढं धावतंय, त्याला जरा थंड पाणी पाज.''

दीडेक तास भटाचं शास्त्र वगैरे चाललं. त्यानं मंगलाष्टकं मात्र खणखणीत, चढ्या आवाजात म्हटली. ती ऐकूनच लोकांना वाटलं, लग्न खरंच बरं झालं. खरं तर कुंभारांची गरिबी पाहूनच भट वैतागला होता. सोन्याची वस्तू आण म्हटलं, तर ते तांब्याची आणत. तूप आण म्हटलं, तर खोबरेल किंवा तिळेल आणून समोर ठेवत. दक्षिणा ठेवा म्हटलं की पावलीचवलीचा खुर्दा टेकवत आणि हात जोडून म्हणत, ''हेच गोड मानून घ्या तुम्ही.'' एकदा भटानं गोपाळच्या हाती फूल दिलं आणि म्हटलं, ''हं, लाव जानव्याला.''

तिथं उभ्या असलेल्या यशवंतानं म्हटलं, ''भटमामा, तुम्ही आमची मुंज कुठं करता, जानवं असायला?''

''गोत्र कुठलं तुमचं? गोत्र असायला हवं मुंज करायला. गोत्र नसलेल्या शंकर महादेवाची पण आम्ही मुंज केली नाही.''

मांडवात वावरणारे सगळे ओढगस्त दिसत होते, पण नवरानवरी मात्र खूप सुंदर दिसत होते. दोघेही गव्हाळ रंगाचे, उंचीनं थोडे कमीच. सोळा वर्षांची नवरी आणि बावीस वर्षांचा नवरा. लग्नाची हवा लागल्यापासून दोघांच्याही अंगावर पिंजर-तांबूस झळाळी आली होती. कुंभारांच्या लग्नात नवरीनं प्रथमच गोल साडी नेसली होती. फिकट गुलाबी साडी आणि गडद हिरवं पोलकं, यांमुळे नुकतीच ओटी भरलेली महामाया देवी उठून मांडवात आल्यासारखी वाटत होती. अंगावर काही सोनं नसतानाही. मंगळसूत्र, तेही काळ्या मण्यांचं. पुढच्या दोन पुतळ्या आणि मधलं दाऊलं तेवढं सोन्याचं.

खरं तर ही झळाळी कुंभाराच्या प्रत्येक नवरीवर लग्नाच्या वेळी चढत होती. पण नंतर ती काही दिवसांतच उतरून जात असे. डोकीवर मातीची, मडक्यांची ओझी घेऊन जाताना, कुडतीनं माती बडवताना, चाळताना त्यांच्या देहाची, केसांची दशा होऊन जाई. ती जाणीव आजच्या या उत्सवात कुणाला नव्हती हे बरंच होतं.

जेवणाला फक्त चारच जिन्नस होते. जात्यावर दळलेल्या तांदळाची गुळवणी. त्यात खोबऱ्याचे तुकडे आणि शेंगदाणे भाजून टाकले होते. नीरफणस आणि शेवग्याच्या शेंगा घालून मूग-वाटाण्याची पातळ भाजी केली होती. कच्च्या फणसाची सुकी भाजी केली होती. भिजवलेली तूरडाळ वाटून त्यात चिंच, हिरव्या मिरच्या, हिंग, लसूण घालून कालवण केलं होतं.

सकाळपासून सगळ्या कामांसाठी बायका-पुरषांची जणू जुगलबंदी चालली होती. पुरुष नारळ फोडून देत होते, बायका खोबरं खोवत होत्या. बायका रांधत होत्या आणि पुरुष चुलीवरची जड भांडी उतरवत होते, भात वेळायला मदत करत होते. बायका शिंतोडा घालून मांडव झाडत होत्या, तर पुरुष पत्रावळी ठेवून पंगती वाढत होते.

शीला आणि सखाराम लग्नासाठी गोव्याहून आले होते. शीला नाटकांतून कामं करत होती आणि मग सखारामबरोबर प्रेमविवाह करून गोव्यात गेली होती. ती आता मांडवात अगदी साधेपणानं आणि तत्परतेनं इतर बायकांबरोबर काम करत होती. पंगत उठल्यावर ती पानं काढत होती, झाडत होती आणि नंतर वाढतही होती. इतर बायकांना तिची अपूर्वाई वाटे. कुणी तिच्या कानशिलावर बोटं मोडून घेई.

नवरीला टेम्पोपर्यंत पोहोचवायला पुरी वाडी लोटली होती. नवरी रडत रडत पुढं नवऱ्याबरोबर जात होती. तिच्या मागून जाणारेही आपले डोळे

पुसत होते... नक्षत्रासारखी पोर, हसली की उजेड पडल्यासारखा व्हायचा. आता गाव रिकामा करून चालली आहे!

वाडीवर आता सीताई एकटीच होती. तिची सूनसुद्धा 'वहाळापर्यंत पोहोचवून येते हं' म्हणून गेली होती. वाड्यावरची ती सुन्न सामसूम पाहून सीताईचा जीव घाबरल्यासारखा झाला. कुंभारांचा धंदा बसायला लागलाय! तरुण मुलं गाव सोडायची भाषा बोलू लागली आहेत. तळ्यावर बांध झाला, तर उद्या इथं काहीच राहणार नाही. ते वाडीवरचं आंब्याचं झाड का मारलं त्यांनी? राहिलं असतं ते अजून शंभर वर्षं तरी. कुणी टेकला असता त्याच्या सावलीत. आंब्याच्या वेळची ती जत्रा पुन्हा भरली असती!

कुंभारवाडीवरचा अजून एक पावसाळा संपला होता. तरी भूक सोसत कुंभार हाडांतून जीव घेऊन उभे होते. या दिवसांत ते कुळवाड्यांच्या शेतात कापणीच्या कामाला जात होते. उरलेली शक्ती लावत होते. पुरशाला मात्र माळमड्डीवरच्या शेताच्या जागवणीसाठी 'भुतावळ' करण्याची घाई लागली होती. या दिवसांत तो त्याच कामात गुंतून होता.

मुंडकेरी गावातल्या माळमड्डीच्या शेतात मळणीला आरंभ करण्याआधी वाघऱ्या देवाची आणि एकूण एक भुतांची पूजा म्हणजे 'जागवण' केली जायची. इतर गावांतूनही अशा जागवणी व्हायच्या. पण तिथे स्थळातल्या एकाच देवाची जागवण आपल्या मर्जीच्या दिवशी केली जायची. पण माळमड्डीच्या शेतावर देवाची आणि सगळ्या भुतावळीची जागवण ठरलेल्या दिवशीच, म्हणजे तुळशीलग्नाच्या दुसऱ्या दिवशीच होत असे.

हे मोठ्ठं शेत अगदी डोंगराच्या कडेला डोंगरात शिरूनच होतं. इथूनच एक वाट बांधावरून रानाच्या आतपर्यंत गेली होती. या बांधावरूनच मुंडकेरी गावचे लोक लाकूडफाटा आणण्यासाठी, गुरं चारण्यासाठी रानांतून जायचे. त्या शेतातल्या सुगीला आलेल्या पिकांतून रानडुकरं, सांबर, गवे, रेडे घुसत, म्हणून रात्रीची पिकं राखावी लागत. म्हणून त्या शेतातून बरीच मचाणंही होती. तिथं शेतकरी रात्रीचे पिकं राखायला बसत. मळणीच्या दिवसांत तर तिथं जिकडे तिकडे खळी पडत.

तिथली ती पूजा – जागवण – फक्त शेतं आणि शेतातल्या पिकांसाठीच नसे, तर गुरावासरांच्या, रानातून येणाऱ्या–जाणाऱ्यांच्या भल्यासाठी वाघऱ्या देवापुढे, भुताखेतांपुढे गाऱ्हाणी घातली जायची.

त्या भुतावळीची सर्व रुपडी शेतकरी दरवर्षी कुंभारांकडून करून घेत असत. ही रुपडी करण्याचं काम वंशपरंपरेनं आता पुरशाकडे आलं होतं. कुणी आधी येऊन सांगितलं नाही, तरी तुळशीलग्नाच्या दुसऱ्या दिवशी सकाळी माळमड्डीवर ती पोहोचवावीच लागत. कुंभारांनी तो नियम कधी चुकवला नव्हता. मिराशीला हेलपाटे घालायलाही लागले नव्हते.

भुतावळीचा भात शिजवण्यासाठी सात लहान मडकी, रोट भाजण्याचा एक मोठा तवा, त्याशिवाय कितीतरी मुखवटे – वाघ, घोडा, राउत, बदमा धटिंगण, वाटमाऱ्या, झिटका, देवचार, मगर, घूस, नाग, पालखी, भोई, कलावंत, ढोलकं, दिवा या सगळ्यांची मातीची रूपडी. ती भाजायलाच आवाभर व्हायची. या कामासाठी पुरशाला एक खंडी – वीस पायली – भात मिळायचे.

जागवणीच्या दिवशी एका मोठ्या बुट्टीत हे सगळं घालून तासभर चालत जाऊन पुरशा त्यांच्याकडे वेळेवर पोहोचवायचा.

हे कुंभार स्वतःत आणि आपल्या धंद्यात इतके बुडालेले असायचे की, गावात कुठं काय चाललंय याचं त्यांना भानच नसायचं. त्यांना जास्त कुणी काही सांगतही नसत. एखादी बातमी ऐकली, तरी ते खोलात शिरत नसत. वरवर ऐकली आणि सोडून दिली असंच व्हायचं.

या वर्षीसुद्धा पुरशा वेळेप्रमाणे बुट्टीत भुतावळीचं सामान घेऊन आला होता. पण शेतावर येऊन पाहिल्यावर त्याला खूप आश्चर्य वाटलं. पन्नास-साठ एकरांची ती माळमड्डी पुरी पडीक ओस होती! धान नव्हतं, गुड्या नव्हत्या, मचाणंही नव्हती. होती फक्त पडीक जमीन! बघून पुरशा काही वेळ सुन्न उभा राहिला. मग डोकीवरचं ते जड ओझं मोठ्या कष्टानं एका बांधावर टेकवलं. तो विचार करत होता, पूर्वी मी भुतावळ घेऊन यायचो, तेव्हा कापणी होऊन कितीतरी खळी पडलेली असायची. त्यावर ईश्वराच्या उंच लिंगासारख्या धानाच्या पंधरा-वीस गुड्या रचून ठेवलेल्या असायच्या. जागवणीसाठी सगळे शेतकरी तिथं डोंगराच्या पायथ्याशी एकत्र जमलेले असायचे, कधी पुरशाची वाट पाहत.

पण आज तिथं माणसांचा मागमूसही नव्हता. बरीच मचाणं कुजून कोसळून भूमीवर आली होती. ते असं पडीक भकास वातावरण पुरश्याच्यानं सोसवेना. तो तसाच सुन्न उभा राहिला.

तेव्हा कुणीतरी रानातल्या वाटेवरून डोकीवर लाकडाची मोळी घेऊन येताना दिसला. थोडा पुढे आल्यावर पुरशानं ओळखलं. पुढं होऊन त्यानं

विचारलं, ''गिरिधरमामा, ही शेतं अशी बांजरधुप्प कशी राहिली? स्थळातल्या देव-देवचारांच्या जागवणीला आलो होतो.''

''अरे पुरशा, तू भुतावळ घेऊन आला आहेस रे? त्या मिराशीनं तुला सांगणं पाठवलं नाही, इथून पुढे भुतावळ नको म्हणून? कसला माणूस रे तो? पैसे हातावर पडले आणि सगळं विसरून गेला!''

''म्हणजे झालं तरी काय गिरिधरमामा?''

''आता जागवण करायची ती सावकारानं. बघ, तिकडे तारेचं कुंपण घालायला पण सुरुवात झालीच, खांब पुरलेत.''

त्यानं बोलता बोलता उभ्यानंच ओझं टेकवलं.

''तुला कळलं नाही पुरशा? ही सगळी जमीन हुबळीच्या एका सावकारानं विकत घेतली आहे. कसली तरी फॅक्टरी घालणार आहे तो. जवळूनच रेल्वे जात्येय ना!''

''मागं ऐकलं होतं, कुठंतरी फॅक्टरी होणार आहे म्हणून. ती इथंच ते माहीत नव्हतं. ही भुतावळ आता मी काय डोकीवर मारून घेऊ?'' तो रडवेला झाला.

तुला सांगायला हवं होतं त्यानं. पैसे हाती पडल्यावर त्यांना सुद्दच उरली नाही. पैसे आणि वरून घरामधल्या एकला नोकरी.

''तुझी पण इथं जमीन होती ना?''

''होती, पण तेवढी जास्त नव्हती ती. आता आम्हांला नोकरी हवी कुणाला? माझा एक मुलगा पोलिसात, दुसरा मिलिटरीत. आपली सरकारी नोकरी सोडून फॅक्टरीत कशाला येणार आहेत ते?'' तो ओझं उचलून घेऊन चालायला लागला.

पुरशा कितीतरी वेळ त्या बंजरभूमीत भुतावळीतलं एक भूत असा उभा होता. तो विचार करत होता, पैशांसाठी या लोकांनी दरवर्षी धान्य पिकवणारी जमीन विकली. आता देवाची, भुताखेतांची पूजाही सोडून दिली आहे!

त्यानं ती भुतावळीची बुट्टी कष्टानं पुन्हा उचलून डोकीवर घेतली. उचलताना वाटमाऱ्याचं रूपडं एक बाजूनं खाली पडलं आणि फुटलं. त्याचं डोकंच उडालं. तो ते रूपडं तिथंच सोडून वरच्या बाजूला गेला. ज्या झाडाखाली ती जागवण व्हायची, त्या झाडाच्या मुळाशी त्यानं ती बुट्टी रिकामी केली आणि बुट्टी घेऊन मागं न बघता तो चालायला लागला. तरी त्याला चुटपुट लागली होती. कापणीला, मळणीला इथं एक उत्सव व्हायचा. सारवलेली खळी म्हणजे देवानं खेळायला रचलेले मांड कसे

दिसायचे. आज ते सगळं सदासाठी संपून गेलं होतं. कुंभाराला त्या निमित्तानं वर्षाला वीस पायली भात मिळायचं, तेही आता बंद झालं होतं. सगळे कुंभारांच्या पोटावरच उठले होते!

अलीकडे सीताईच्या जिवाला बरं वाटत नव्हतं. अंगाचे सांधे दुखायचे. आता पाठीच्या कण्यातून वाकतही चालली होती. जीवनभर ताठ कण्यानं जगण्याचा तिनं फार प्रयत्न केला, पण नशिबानं कधी साथ दिली नाही. ऐन तरुणपणात नवरा टायफॉइडनं मेला. एकुलता एक मुलगा मातीच्या ढिगाऱ्याखाली चिरडून मेला. तो असता, तर या कुंभारवाडीवरही तिनं सुखाचा मळा फुलवला असता. तिची साधीभोळी सून तारा कशीतरी संसाराचा गाडा ओढत असते. कधी रडते, वैतागते, तरी मुलांसह तग धरून होती. कुंभारशेतकऱ्याची मुलगी म्हणून सुरुवातीला बराच मान होता वाडीवर. सावळी, तरी दिसायला सुंदर होती. आता ती इतरांतलीच एक कुंभारीण होऊन गेली होती. आता ती शेतात मजुरीलाही जाऊ लागली होती.

कुंभारांच्या विधवा बायकांचं जगणं कठीण असतं. किंमत नसलेली बिनगळ्यांची भांडी करायची, ती आव्यात भाजून देण्यासाठी कुणाचे तरी उपकार घ्यावे लागायचे. त्यांच्या उपकारात नेहमी राहावं लागायचं. मात्र बिनगळ्यांची मडकी सवाष्ण बाया, पुरुष करायला लागलेत म्हणून सीताई गावाशी जाम भांडली होती. आता तिला कळून आलंय, गळ्याची काय, बिनगळ्याची काय, कुठल्याच मडक्यांना किंमत राहिलेली नाही.

तिचा नातू सातवीला नापास झाल्यावर आता घरीच होता. कधी आयबरोबर बुट्टी घेऊन डोंगरात, तळ्यावर जायचा, मातीही मळायचा. पण त्याला कुंभारधंद्यात घालायची इच्छा सीताईला नव्हती. या धंद्याचीच आता शाश्वती नव्हती. तिनं ठरवलं होतं, 'माझ्या नातवाला नीट मार्गाला लावल्याशिवाय मी मरणार नाही. सखारामची बायको शीला आली तर तिला सांगायला हवं. आता पंधरावं संपणार त्याला. तू ने त्याला बरोबर. पोटापाण्याचं काय शिकण्यासाठी कुठं तरी ठेव. बापाविना पोरकं पोर आहे.'

सीताई तशी मनानं ताठ होती. कुठं काही वाकडं दिसलं, तर ती तोंडावर बोलायची, धमकावायची. मागं चतुर्थीपूर्वी एक दिवस कुळवाड्याचा खुशाली आणि त्याचे दोघे दांडगे मुलगे वाडीच्या 'त्या

जागेत' ती आपली जागा म्हणून घुसू पाहत होते. तेव्हा सीताईनंच त्यांना अडवलं होतं. आव्याची भट्टी टाकतात तिथं उत्तरेला थोडं लांब ती जागा होती. तिथं फारशी वहिवाट कुणाची नव्हती. ती तीनेक गुंठे जागा होती आणि तिथं एक खूप जुनं भूमीशी पसरलेलं आंब्याचं झाड होतं. अजून एक ओथांब्याचं झाड, आणि औदुंबराचं झाड होतं. ती जागा त्रिकोण आकारात बरीच कुळवाड्याच्या शेतातून गेली होती. आंब्याला कैऱ्या धरल्या की कुळवाडी लोणच्यासाठी म्हणून काही कैऱ्या काढून नेत. पण कुंभार तिकडे काणाडोळा करत.

एक दिवस खुशाली आणि त्याचे दोघे मुलगे बरेच खुंट घेऊन आले आणि त्या जागेला आपलं कुंपण घालण्यासाठी नेपां काढून खुंट पुरायला लागले. वाडीवर बरीच अस्वस्थता पसरली. कुंभार एकत्र होऊन दबक्या आवाजात बोलू लागले. पण पुढं कुणी होईना. मग यशवंत, राघोबा, विष्णू यांना घेऊन सीताई पुढं झाली. त्यांनी विचारल्यावर ते गुर्मीत बोलू लागले. म्हणू लागले, ''आमचं हे शेत. शेतातून गेलेली ही जागाही आमचीच. आम्ही कुंपण करतो आमच्या जागेला. तुम्ही कोण विचारणार?'' सगळे कुंभारांचे पुरुष तिथं होते पण त्यांनी कुळवाड्यांविरुद्ध जन्मात कधी ब्र काढला नव्हता. पण सीताईनं शांतपणे म्हटलं, ''ही सगळी वाडीची जागा आमच्या पूर्वजांनी वसवलीय. भोवतालची सगळी शेतं तुमची म्हणून ही जागा तुमची होत नाही. मी लग्न होऊन आले, तेव्हा आमचे कुंभार पावसाळ्यात इथं परसू करायचे. पडवळाच्या, घोसाळ्याच्या वेली लावायचे. पूर्वी इथं एक शेवग्याचं झाड होतं. कुंभारच त्याच्या शेंगा काढत. तुम्ही इथं कुंपण घालू नका. भलं होणार नाही.''

''ए सीताई, तू आणखीन जास्त बोलू नकोस. आम्ही म्हणून तुम्ही इथं राहता, वाडी आपली म्हणता. ही जागा तुम्हांला आमच्या पूर्वजांनी तात्पुरती राहायला दिली होती. उद्या आम्ही कोर्टात गेलो, तर वाडी रिकामी करून तोंड काळं करावं लागेल तुम्हांला. हे कुंभार आम्हांला अडवतात काय!''

''तू खुशाली मला शहाणपणा सांगू नकोस. इथं तीन वर्षं शेत कसलं, तर ते शेत कसणाऱ्याचं होतं. अशी तुम्हीसुद्धा बरीच बामणांची शेतं गिळून बसला आहात. आम्ही तर इथं दीडशे-दोनशे वर्षांपासून राहतो. सरकार झोपलेलं नाही. तलाठ्याच्या चावडीवर जाऊन नकाशे बघून ये, रिकार्ड बघून ये. फिर्याद केली, तर जेलमध्ये जाशील तू.''

''ए, तू मला जेलात टाकणार? तू जेलात टाकणार?'' त्यानं तिथला एक खुंट हातात घेतला आणि कुंभारांच्या समोर उभा राहिला. मुलांना

म्हणाला, ''हे कुंभारडे काय करतात ते बघतो मी. पुरा तुम्ही खुंट. दुपारपर्यंत आखून घेऊ या ही जागा. कुणी पुढं आला, तर हाणतो हा खुंट डोक्यात.''

सीताई काहीशी मागं सरली. मग चंडिकेसारखा थयथयाट करत ती भयंकर ओरडली, ''मुलाबाळांचं भलं होणार नाही, महारोग होईल तुला, नरकात जाशील तू! हेऽऽ हेऽऽ हेऽऽऽ प्रत्येक कुंभार, पुरुष, बायका, मुलं आव्यातून काढलेली नवी मडकी घेऊन इथं या. सरणावर मडकी फोडावी तशी जमिनीवर मारून शाप देत फोडा.''

खरंच वीसेक जण नवी मडकी घेऊन काही क्षणांतच हजर झाले.

खुशाली काही वेळ विस्मयानं, भीतीनं त्यांच्याकडे पाहत राहिला. मग सगळं सामान तिथंच टाकून मुलांना घेऊन निघून गेला. तिथून जरा दूर जाऊन शेताच्या मेरेवर उभा राहून कुंभारांना भयंकर वाईट शिव्या द्यायला लागला. सीताईला तर शिव्या देऊन पार उघडी नागडी करून टाकली. कुंभारांनी कुणीही आवाज काढला नाही. शेवटी ते सहन न झाल्यानं घनश्यामची बायको रुक्मिणी इतकंच म्हणाली, ''शेतकरी तू. शेतातलं धान पोटुशी होऊन कणसाला आलं आहे. तिथं उभा राहून अशा अभद्र शिव्या देतोस! तुझ्या तोंडात उद्या फोलपटंच पडतील.''

ते गेल्यावर सीताई म्हणाली, ''कुंभारांना आता समजायला हवं. शत्रूसमोर रडलो, तर तो अधिकच बडवतो.''

नंतर ते वाढलं नाही. कारण खुशालीचं हे वागणं इतर कुळवाड्यांना आवडलं नव्हतं. एक दिवस त्यांच्या बायका येऊन तिथं पडलेले, रोवलेले खुंट ओझी बांधून घेऊन गेल्या.

यशवंताचा मुलगा सदानंद, जो शिकण्यासाठी म्हणून घरातून पळून पुण्याला गेला होता, तो साडेपाच वर्षांनी घरी परतला होता. आधीचा उंच, बारीक अंगकाठीचा गोरा सुंदर मुलगा तो, आता जास्तच भरीव, सुंदर दिसत होता. डोळ्यांत आगळीच चमक जाणवत होती. त्याच्या हातात आता बी.ए. फर्स्ट क्लासची डिग्री होती. त्या वेळी रागारागानं अंगणातली मडकी फोडून तो गेला होता, परत येताना तो खूप शिक्षण घेऊन आला होता. मध्ये किती अडथळे आणि हालअपेष्टा!

आल्या दिवशी तो अंगणात चाकावर गळे काढणाऱ्या बापासमोरच जाऊन उभा राहिला. त्याला बघून बापाच्या डोळ्यांतून घळाघळा अश्रू वाहू लागले. त्यानं म्हटलं, ''बाळा, आई-बाप मुलाच्या भल्याचाच विचार

करतात. पण आम्हां अडाण्यांना बरं काय आणि वाईट काय तेच समजत नाही.''

त्यानं मोठ्यानं बायकोला म्हटलं, ''अगं, आपला बाळ सदानंद आलाय, बघ तरी.''

शब्द कानावर पडताच आई धावत आली. त्याला मिठीत घेऊन काही वेळ मायेनं कुरवाळत राहिली. तिला वाटत होतं, बालपणी माझ्या पान्ह्याला लागणारंच हे बाळ आहे! इतक्या मायेनं ती त्याला छातीशी धरून उभी होती. ''मुला, गोविंदमामाचा आत्माराम पुण्याहून यायचा, तेव्हा दर वेळेला मी तुला सांगायला सांगायचे, गावात येऊन जा म्हणून एकदा तरी.''

''मी अंगणातली नवी मडकी फोडून गेलो होतो. बरं केलं नव्हतं मी ते. माझ्या बाबासारखा थोडा हट्टीच ना मी? तिथं पोटापुरती नोकरी करून शिकत होतो. चांगलं शिक्षण घेतल्याशिवाय परत येणार नाही म्हणून मी शपथ घेतली होती. आणि आत्माराम अण्णा होते ना बरोबर.''

''बरं होईल तुझं, कल्याण होईल. आयबापाचं नाव वर काढलंस.''

सदानंद आल्याचं कळल्यावर पुरी वाडी अंगणात गोळा झाली. सर्वांनाच आनंद वाटत होता, कुतूहल होतं, प्रश्न होते. तरी आता सगळे त्याच्याशी हसून खिदळूनच बोलत होते. विश्राम भर वयातला माणूस होता. थोडा थट्टेखोर होता. तो म्हणाला, ''शिक्षण फार घेतलंस ते बरं आहे. हुशारही झालायस तू. पण उद्या तुला मी तळ्यावर घेऊन जातो आणि बुट्टी उजाट भरून डोकीवर देतो. पाहतो तुझी मान किती घट्ट राहिली आहे ती.''

''हो, उद्या जाऊ या अण्णा डोंगरात. तुझ्यापेक्षाही मोठी बुट्टी डोकीवर घेतो बघ.'' तो हसला. पण त्यानं एक सांगितलं नाही, दोन वर्षं तो पुणे कॅम्पपासून स्टेशनजवळच्या एका ऑफिसपर्यंत जेवणाचे डबे वाहत होता.

दुसऱ्या दिवशी सकाळी तो आत्मारामचे वडील गोविंद नायकाच्या घरी गेला. आत्मारामकडेच राहून तो शिकला होता. खरं तर आत्माराम आणि सदानंदची ओळख आधी तुटपुंजीच होती. गावातून कधी फिरताना, रस्त्यानं जाताना आत्माराम मधूनमधून भेटायचा, कधी हसायचा, एखादा शब्द बोलायचा. आईला गोविंदमामाबद्दल फार आस्था होती. पावसाळ्यात कधी गेली, तर गोविंदमामाची बायको घरात काही उरलेलं, भात, कढी पानात बांधून आईला द्यायची. आत्माराम नंतर बी.ए. होऊन पुण्याला गेला होता.

...त्या वेळी आत्माराम पुण्याहून रजेवर आला होता. वाटेत भेटल्यावर सदानंदानं म्हटलं, ''मी मॅट्रिकच्या परीक्षेला बसलो आहे. आत्मारामअण्णा, मला पुढं शिकवायला बापाच्यानं होणार नाही असं वाटतं.''

''चांगले मार्क्स पडले, तर ये पुण्याला. शिक्षणाचं सोड, एखादी नोकरी लावून देता येईल.''

या शब्दांचाच फक्त आधार!

साडेपाच वर्षांपूर्वी तो घरातून पळून गेला होता. तेव्हा दोन दिवस खानापूरकर मास्तरकडे राहिला होता. 'पुढच्या शिक्षणासाठी मी पुण्याला जातो सर,' म्हटल्यावर त्यानं म्हटलं, 'जा, जा तू. कुठंही जा, खूप शीक. जो सीमा ओलांडून जातो, त्यालाच विजय मिळतो. खूप वाच, लिही, प्रत्येक परीक्षेत अव्वल यायला हवास. पण कुणाकडे जाणार तू? कुठं राहणार? शहरात लोक ओळख देत नाहीत.''

''मुंडकेरीच्या गोविंदमामाचा मुलगा आत्माराम पुण्याला असतो. त्यानं ये म्हटलं होतं.''

''तसं तोंडावर ये म्हणणं वेगळं आणि तिथं गेल्यावर आधार, आसरा देणं वेगळं.''

''मी लहानशी नोकरी करून शिकणार आहे.''

त्याच्या निर्धाराचं मास्तरला कौतुक वाटलं. या माणसाला कुणीही कशीही मदत केली, तरी वाया जाणार नाही! म्हणाले, ''पुण्याला पोहोचायला काही मदत करीन मी.''

दुसऱ्या दिवशी सदानंदनं परस्पर हायस्कूलमधून सगळी प्रमाणपत्रं काढून घेतली. गोविंदमामाकडे जाऊन आत्मारामचा पूर्ण पत्ता घेतला. मास्तरना म्हणाला, ''तुम्ही आता पैशाची थोडी मदत केली, तर बरंच होईल. मी नंतर चुकते करीन.''

जाताना मास्तरनी त्याच्या हातावर चारशे रुपये ठेवले. म्हटलं, ''वडाच्या झाडाचं एक लहानसं बीज असतं. त्या बीजातूनच नंतर शेकडो फांद्यांचा, डहाळ्यांचा वृक्ष उभा राहतो. हे पैसे तसंच ते बीज म्हणून समज. त्यांची बांधिलकी ठेव.''

''मी नीट शिकेन, सर. मी गेल्यावर घरी जाऊन तुम्ही आईबाबांना सगळं नीट समजावून सांगा. चांगले आहेत ते मास्तर. पण भूक लागलेल्यांना पोटाचा प्रश्नच मोठा वाटतो.''

पुण्यातल्या कॅम्प भागात आत्माराम राहत होता. तो मिलिटरी अकौंटस्‌मध्ये काम करत होता. त्याचा पत्ता हरवेल या भीतीनं सदानंदनं पत्ता तोंडपाठच करून घेतला होता. खानापूरकर मास्तरनेही बरंच काही पढवलं होतं..

सदानंद कारवारहून बसनं पुण्याला गेला होता. तो पुण्याच्या बसस्टँडवर उतरला आणि निर्मनुष्य बेटावर हरवून गेल्यासारखा झाला. चहूबाजूनं लोकांचा महासागर होता, पण त्यातला एकही चेहरा ओळखीचा नव्हता. त्याला आश्चर्य वाटलं, इतकी सारी ही अनोळखी माणसं कुठून येतात आणि इथं का जमतात? त्याला एकाकी वाटलं, तो भांबावून गेला. कसा वाट काढणार मी यांच्यातून? तो तिथल्या एका बाकावर बसला. अवचित त्याचं मन आंब्याच्या झाडाच्या सावलीत पोहोचलं. आव्यात रचून ठेवलेले मडक्यांचे थर, सीताईच्या हातच्या लाललाल पणत्या, मी अशी नवी मडकी फोडून यायला नको होतं! त्यांच्या पोटाचा घास होता तो. इथं तर संध्याकाळच्या पोटाचीही हमी नाही! अचानक त्याच्या कानात सुरेल सूर घुमू लागले. रात्रीची थंड, शांत वेळ, वर पसरलेलं आंब्याचं झाड, घराघरातून पुरुषांनी पेटण्यांनी मडकी पेटण्याचा तालबद्ध आवाज! त्या तालाचा आनंद घेत काही वेळ तो गुंग होऊन गेला. पेटण्याच्या तालावर कुणीतरी भजन गातोय –

विठोबा, विठोबा, विठोबा रखुमाई विठोबा....

दोघांतिघांना त्यानं कॅम्पला जाण्याच्या वाटेविषयी विचारलं, ते तिथून चाचरत न बोलताच निघून गेले. एकजण मात्र म्हणाला, ''वाट काय वाट? बसनं जावं लागेल. कोणत्या नंबरची बस जात्येय ते या पोलिसाला विचार.''

शनिवार होता. तो संध्याकाळी आत्मारामच्या खोलीवर पोहोचला. आत्माराम आणि त्याचे दोन मित्र बरोबरीनं राहत होते, स्वतः रांधून जेवत होते. सदानंदाला पाहून आत्माराम थंडपणानं म्हणाला, ''आलास, ये. गावाकडचे सगळे खुशाल आहेत ना? आधी कळवलं का नाहीस?''

आत्मारामच्या त्या शुष्क बोलण्यामुळे सदानंदाच्या मनाला धाकधूक लागली. ''घाईच झाली. तरी गोविंदमामाकडे जाऊन आलो होतो मी. त्यांनी जा म्हटलं होतं.''

दोन खोल्यांचं एक लहानसंच घर. आजूबाजूला अजून काही बिऱ्हाडं. ते तिघं मित्र बनियन आणि हाफपॅण्टवरच होते. दोरीवरचे अस्ताव्यस्त कपडे, धुतलेल्या न धुतलेल्या भांड्यांचा पसारा. एक जुनासा पितळेचा स्टोव्ह... लग्न होण्यापूर्वी काही काळ माणूस आळशी, बेफिकीर असतो, तसलंच सगळं तिथं दिसत होतं. आत्माराम एक चांगल्यापैकी शेतकऱ्याचा मुलगा. गावात ऐटीत मिरवणारा, तो इथं असा बेसावधपणे पकडल्यासारखा झाल्यामुळे थोडा ओशाळला होता की काय?

सदानंदाच्या अंगावर जुने आणि मळके कपडे होते. हातात एक कापडी पिशवी होती. घामानं डोकीवरचे केस आणि कपडे पार चिकचिकीत झाले होते. पण मुळात तो गोरा हसतमुख मुलगा. सोळाव्या वर्षीची आणि तरुणपणाची वेगळीच चकाकी त्याच्या शरीरावर होती.

काही वेळातच त्या मित्रांनी त्याची चांगली विचारपूस केली. आत्मारामनं सांगितलं, ''ठाऊक आहे? पांडे, सामंत, हा आमच्या गावचा. सदानंद त्याचं नाव. मॅट्रिक पास झाला आहे तो.''

सदानंद मध्येच म्हणाला, ''फर्स्ट क्लास मिळालाय मला. पुढं शिकायला बघतोय मी.''

ते गप्पच राहिले. पण एकानं त्याला आंघोळीला पाण्याची बादली भरून दिली. दुसऱ्यानं दुपारचं जे काही उरलं होतं, ते स्टोव्हवर गरम करायला ठेवलं.

कारवारला बसमध्ये बसायला येताना त्यानं स्वस्तातला एक शर्ट, एक चड्डी आणि आतल्या दोन चड्ड्या घेतल्या होत्या. न्हाऊन येऊन त्यानं ते कपडे घातले. या नव्या कपड्यांतूनही त्याची गरिबी, त्याचं बापुडेपण लपत नव्हतं. तो तिथं प्रथमच जेवायला बसला, तेव्हा त्याचं ऊर भरून आलं. त्याच वेळी एक भयही वाटलं, आपण यांच्यावर ओझं तर होणार नाही ना? त्यानं म्हटलं, ''मी इथं कसलीही लहान नोकरी करून शिकेन.''

हे बोलल्यावर आपण त्यांना एक आश्वासन दिलं आहे म्हणून त्याला बरं वाटलं.

पण दीडेक महिना लोटला, तरी त्याला कुठली नोकरी मिळाली नाही. एका वेळेची नोकरी हवी होती. थोडं कठीणच होतं. तो त्यांची भांडीकुंडी घासून स्वच्छ धुवायचा. खोल्यांतून केर काढून त्या फडक्यानं पुसायचा, कपड्यांच्या नीट घड्या घालायचा. पण त्याला त्यांचा स्वयंपाक करायला कळत नव्हतं. स्टोव्ह पेटवायला जाऊ नकोस म्हणून आत्मारामनं त्याला तंबी दिली होती. पण घरातली चकचकीत स्वच्छता पाहून त्यांना बरं वाटे.

मध्यंतरी तिथल्या एका म्युनिसिपालटीच्या शाळेत त्यानं अकरावीला प्रवेश घेतला. आत्मारामच ॲडमिशनला घेऊन गेला होता. खानापूरकर मास्तरनं दिलेले काही पैसे शिल्लक होते. कमी पडले ते साठ रुपये आत्मारामनं दिले. सामंतनं कुठून कुठून जुनी पुस्तकं आणून दिली. सामंत एका बँकेत काम करत होता. दुसरा पांडे इनकम टॅक्समध्ये क्लार्क होता. स्टेशनजवळच्या शाळेला जाताना बसनं जावं लागे. मधून मधून ते

सदानंदाच्या हातावर पाच-दहा रुपये ठेवत. सगळे त्याच्या नोकरीच्या तलाशीत होते. एका वेळेची नोकरी कुठे मिळत नव्हती.

पण तो बेकार राहून चालणार नव्हतं. त्याचं शिक्षण होतं, जेवण-खाण होतं, इतर लहानमोठा खर्च होता आणि व्यवहारही होता. एक दिवस सदानंद एकटाच असताना पांडे म्हणाला, ''कॅम्पमधल्या महात्मा कॉलनीतून एक वयस्क माणूस तेवीस जेवणाचे डबे घेऊन आमच्या ऑफिसमध्ये पोहोचवायचा. प्रत्येक डब्यामागे दरमहा तीस रुपये. त्याचं वय झालंय आता. बराही नसतो. येणार नाही तो आता. ते काम तू पत्करतोस तर बघ. तुझी शाळा दुपारी एक ते सहा. इथं तू साडेबारापर्यंत मोकळा होशील. नंतर लगेच शाळेला जाता येईल. तिथून जवळच आहे तुझी शाळा.''

सदानंद तयार झाला. आदल्या दिवशी जाऊन ती महात्मा कॉलनी पाहून आला. बायकामाणसांनाही भेटला. आणि दुसऱ्या दिवसापासून ते डबे बुट्टीत घालून वाहू लागला. वयाच्या दहाअकरा वर्षांपासून तो तळ्यावरून मातीच्या बुट्ट्या वाहत होता. तरी त्याला हे डबे जडच वाटत होते. सकाळी अकरा वाजता रिकामी बुट्टी घेऊन कॉलनीत जायचा. सगळे तेवीस डबे गोळा करून तासभर झपझप चालत येऊन साडेबारापर्यंत इनकम टॅक्स ऑफिसमध्ये पोहोचायचा. बुट्टी तिथल्या रेस्टरूममध्ये ठेवून शाळेच्या बाजूनं धावायला लागायचा. पुस्तकं डब्यांच्या बुट्टीतच आणलेली असायची.

शाळेत पोहोचायला तो घामानं चिंब भिजलेला, थकलेला असायचा. बसल्यावर झोप यायला लागायची.

सकाळी बुट्टी घेऊन येताना, संध्याकाळी रिकामी बुट्टी घेऊन जाताना, शाळेतला एखादा ओळखीचा मुलगा भेटला, तर त्याला लाज वाटायची.

त्यांनी आत्मारामला आधी काही सांगितलं नव्हतं. पांडेनं परस्परच ते सगळं ठरवलं होतं. त्याला समजल्यावर तो पांडेवर बराच रागावला. म्हणाला, ''माझ्या गावचा तो. शिकतो कुठं, डबे वाहूनच अर्धमेला होईल.'' पण त्यानं ठामपणे ते काम सोडायला सांगितलं नाही. सदानंद जाणला, या कामाला आपला विरोध होता म्हणून सांगायला कधी मिळावं म्हणून ते रागावणं होतं. त्यालाही वाटत होतं, यानं काहीतरी केलं पाहिजे. एका वेळेची नोकरी तर मिळत नव्हती.

अकरावी आणि बारावीची दोन वर्षं तो डबे पोहोचवत होता. पैशाच्या बाबतीत आत्माराम, सामंत, पांडे हे फार मोठ्या मनाचे होते असं नव्हे, पण इतर बऱ्याच बाबतींत खूप आधार होता. मनाला उभारी देत होते, शाळेबद्दल, अभ्यासाबद्दल विचारत राहत होते. कुठून कुठून अवांतर पुस्तकं

आणून देत होते. आला तेव्हा सामंतनं एक गोधडी त्याला घेऊन दिली होती. आत्मारामनं चादर घेऊन दिली होती. आतल्या खोलीत तो एकटाच अभ्यास करत बसायचा आणि उशिरा झोपायचा. डबे पोहोचवून मिळणारे सातशे रुपये तो कुठं खर्च करतो यावर त्यांची नजर असायची. त्यानं दिलेले जेवणाचे पैसे ते घ्यायचे. नको म्हणत नव्हते.

ते तिघं नाश्ता करून सकाळी साडेनऊला ऑफिससाठी निघत. सदानंद अकराला डबे घ्यायला जात असे. त्याच्यासाठी म्हणून दोन पोळ्या जास्त केलेल्या असत. तो त्या खाऊन निघे. जाण्यापूर्वी भांडी धुऊन, घर साफ करून जाई.

तो डबे घ्यायला जात असे, तिथं एक वयस्क बाई होती. सदानंद जेवणाचे डबे वाहून शिकतो हे तिला कसं कळलं कुणास ठाऊक. तिनं त्याच्या शाळेचं नाव विचारलं, कितवीत शिकतोस, किती गुण मिळतात, इतकी गरिबी कशी आली वगैरे विचारलं. ती बाई त्याला रोज चांगला नाश्ता देई. नंतर सदानंदाला कळलं, त्या बाईला एकच मुलगा आहे, तो दूरदेशी कुठंतरी नोकरीला आहे. वर्षातून एकदाच कधी येतो. पण त्या बाईविषयी सदानंदाला आईसारखा, मावशीसारखा आपलेपणा कधी वाटला नाही. त्याला वाटायचं, ती आपल्या गरिबीची कणव करत्येय. दया दाखवत्येय. आपल्या या कृतघ्नपणाचा अर्थ कधी त्यालाच कळत नसे.

सकाळपासून संध्याकाळपर्यंत त्याची अखंड धावपळ सुरू असे. त्याला पुरे पुरे होऊन जायचं. तो कासावीस व्हायचा. तेवीस डब्यांचं ओझं खरंच जड होतं. मान बसायची, श्वास फुलायचा, घामाघूम व्हायचा. आपलीच लाज वाटायची. मग घळघळत रडू यायचं.

तरी त्याला बारावीला पासष्ट टक्के मार्क मिळाले.

आता परत कॉलेजच्या ॲडमिशनचा प्रश्न होता. दोन वर्षं डबे वाहूनही शिल्लक काही उरली नव्हती. आता कुणाकडे तोंड वेंगाडायचं? त्या तिघांच्या काही ना काही समस्या होत्या. आत्मारामची पाठची बहीण लग्नाची होती, लग्नाची तयारी करायची होती. सामंतनं लग्नानंतर राहण्यासाठी फ्लॅट बुक केलेला होता. पांडेला दर महिन्याला घरी पैसे पाठवायला लागायचेच. तो आपल्या गावाकडे बदली करून घेण्याच्या खटपटीत होता.

एक दिवस पांडे त्याला म्हणाला, ''बारावीपर्यंत शिक्षण झालं ते बास झालं. आता नोकरी कर कुठंतरी. पूर्णवेळ मिळेल कुठंही.''

ते ऐकून त्याचं अवसानच गळलं. तरी त्यानं दुसऱ्या दिवशी रात्रीच आत्मारामला म्हटलं, ''मी एस. पी. कॉलेजमध्ये ॲडमिशन घ्यायचं ठरवलं आहे. मदत करा मला तुम्ही. चुकती करीन मी नंतर.''

आत्माराम त्याच्यावर जाम भडकला, ''तू उद्या गावी जा आणि मडकी पेटायला सुरुवात कर. पुढची तीन वर्षं आहेत. कोण करणार तुला मदत, कशाला करणार? उद्या तूच म्हणणार मी जेवणाचे डबे पोहोचवून शिकलो म्हणून. तू आता गावी जा. नाहीतर इथंच नोकरी शोध पूर्ण वेळेची.''

सदानंद आतल्या खोलीत गेला आणि चटई अंथरून त्यावर पडून रडायला लागला. त्याचं रडणं तिघांच्याही कानावर येत होतं.

सामंत आत गेला आणि त्याला थोपटत म्हणाला, ''रडू नकोस तू. जग मोठ्ठं आहे. ग्रॅज्युएटच काय, अजून हजार वाटा आहेत.''

त्याचं छान बोलणं, वागणं, हसणं, त्याची स्वच्छता यांमुळे त्या तिघांच्याही मनात त्याच्याविषयी प्रेम, आपुलकी होती. कुठं गेले, तर एखादा शर्ट घेऊन यायचे. म्हणायचे, 'सेलमध्ये चांगला मिळाला.' पण पुढची जबाबदारी कुणाला घ्यावीशी वाटत नव्हती...

पण रात्री उशिरापर्यंत ते तिघं बाहेर उभे राहून काहीतरी बोलत होते हळूहळू. सदानंदाला ते ऐकू येत नव्हतं. पण त्याला वाटत होतं, आपल्याविरुद्धच ते बोलताहेत. तो मनात ठरवत होता, 'उद्यापरवा निघून जातो मी गावाला!'

दुसऱ्या दिवशी त्यांनी नाश्त्याची काही तयारी केली नाही. आत्माराम आणि सामंत सकाळी आठलाच तयार झाले. आत उगी निजलेल्या सदानंदालाही त्यांनी तोंड धुऊन तयार व्हायला सांगितलं. बरोबर सगळी प्रमाणपत्रंही घ्यायला सांगितली.

त्यांनी त्याला घेऊन जाऊन एस. पी. कॉलेजला त्याची बी.ए.ला ॲडमिशन केली. ॲडमिशनला कुणी किती पैसे दिले ते सदानंदला कळलंपण नाही. बाहेर आल्यावर सामंतनं त्याला एवढंच म्हटलं, ''आता तुला तुझं काहीतरी केलं पाहिजे. अकरावी बारावीला असताना हमालीच केलीस. आता ते नको. इथं पुण्यात अजून बरंच काही चांगलं चाललेलं असतं.''

या तिघांपैकी आत्माराम आणि सामंत हे फारच कमी बोलायचे. पांडे मात्र बराच बडबडायचा. गावाकडच्या बढाया सांगायचा. जेवणाला आणलेल्या सामानाचा हिशोब सामंत ठेवायचा. आत्माराम ते कधी काही पाहत नव्हता. पण पांडे बेरकी कसा ते चोपडं घेऊन पाहायचा. डोळे बारीक करून सगळं आठवणीत घ्यायचा. गोरा, धारदार नाकाचा सामंत चांगल्या

संस्कारी माणसासारखा सौम्य स्वभावाचा होता. स्वयंपाक करणं त्याला आवडायचं. आत्माराम मनानं पुरा उघडा कधी होत नव्हता. आपला मोठेपणा राखत तोलून मापून बोलायचा. काही मनाविरुद्ध झालं, तर त्याला राग यायचा, तो उखडायचा. तो कंजूस वगैरे नव्हता, पण आपला एक पैसा वाया जाऊ नये यासाठी दक्ष असायचा. सदानंदाला शेवटी त्याच्याविषयी एक कळून चुकलं होतं, कुणाचं तरी बरं व्हावं, बरं करावं हाच त्याच्या स्वभावाचा मुख्य पैलू होता. कधीकधी तो सदानंदावर खूप रागावला, पण शेवटपर्यंत त्याच्या पाठिशी राहिला. तो खंबीर होता म्हणूनच पांडे, सामंत सदानंदाशी चांगलं वागत होते. त्याला शिकायला द्यावं असंही त्यांना वाटत होतं.

कॉलेज सुरू झाल्याच्या तिसऱ्या दिवशीच त्यानं एका तरुण प्राध्यापकाला आपली अडचण सांगितली. सांगताना त्याचा गळा भरून आला. म्हणाला, ''ते माझ्या नात्यातले नाहीत आणि जातीतलेही नाहीत. तरी ते तिघं मला माझ्या मोठ्या भावासारखे आहेत. तरी त्यांनी मला फुकटचं का खाऊ घालावं? शिवाय इतर खर्च आहेच.''

त्या प्राध्यापकानं म्हटलं, ''समस्या, संकटं ही गर्भार बाईसारखी असतात. त्यामधले कष्ट हे उद्याच्या भल्यासाठीच असतात.''

तीनच दिवसांनी त्या प्राध्यापकानं सदानंदाला बोलवून घेतलं आणि सांगितलं, ''इथं जवळच सदाशिवपेठेतून 'यशश्री' म्हणून एक साप्ताहिक निघतं. माझ्या वडिलांचे मित्र तिथं उपसंपादक आहेत. त्यांना एक मदतनीस हवा आहे. साप्ताहिकाच्या काव्हरना नावं चिकटवायला, पोस्टात टाकायला. काही गावांत त्यांचे गठ्ठे जातात. ते बसस्टॅण्डवर नेऊन द्यावे लागतात.

''केव्हा, किती तासाचं ते काम असणार?''

''संध्याकाळी तीन ते चार तास तरी काम करावं लागेल. अजूनही लोक आहेत तिथं. तुझी अडचण मी वडिलांच्या मित्रांना सांगितली होती. आठवड्याला अडीचशे रुपये मिळणार तुला.''

पुढची तीन वर्षं तो त्या साप्ताहिकात काम करून शिकत होता. जवळच एक खानावळ होती. तिथं अर्धं जेवण आठ रुपयांत आणि फुल जेवण बारा रुपयांत मिळत होतं. तो दुपारचं जेवण तिथं घेऊन साप्ताहिकात संध्याकाळपर्यंत काम करत होता. सहा वाजता सुटून सातपर्यंत घरी पोहोचत होता.

त्याची सचोटी पाहून ते तिघं त्याच्याशी फार प्रेमानं वागत होते. तो तिथला खर्च म्हणून दरमहा तीनशे रुपये देत होता. ते मुकाट्यानं ते घेत होते.

ज्या वर्षी सदानंदाचं बी.ए.चं तिसरं वर्ष संपलं आणि परीक्षा होऊन गेली, त्या वर्षी सगळं विचित्रच घडलं. नरेश पांडेची बदली त्याच्या गावाकडे झाली. प्रल्हाद सामंतचं लग्न होऊन तो बायकोला घेऊन फ्लॅटमध्ये राहायला गेला. सदानंद शेवटच्या परीक्षेचा निकाल लागल्यावर लगेच गावी आला. आत्मारामनं ते घर सोडलं नाही. तो म्हणाला, इथला परिसर टापटीप आहे. भाडंही कमी आहे. लग्न झाल्यावर मी इथंच राहीन बायकोला घेऊन.

....परवा पुण्याहून बी.ए.ची फर्स्टक्लास डिग्री घेऊन परत आलेला सदानंद सीताईला सांगत होता, ''माझ्या कातड्यांचे जोडे करून घातले, तरी मी त्या तिघांच्या उपकारांतून मुक्त होणार नाही.''

सीताई अति कौतुकानं त्याच्याकडे पाहत होती. म्हणाली, ''गोविंदमामाचा मुलगा ना तो आत्माराम? त्याची आईपण किती चांगली आहे!''

मडकी खपत नव्हती. कुंभार आता आळसावून मडकी पेटत होता. पूर्वी दर पंधरवड्याला तो आवा पेटवायचा. ते आता महिन्यावर पोहोचलं होतं. कात टाकून सुस्तावून पडलेल्या अजगरासारखा वाडा सुस्तावून पडला होता. तरीही कर्मदरिद्री भूक लागायची ती लागायचीच. भूक लागत होती म्हणून कुंभार जगत होता, हालचाली करत होता. कधी पुरशा म्हणायचा, ''नागड्या गावात धोबी बेकार म्हणतात, तशी आमची गत झाली आहे.''

तरीही व्यसन लागल्यासारखा कुंभाराच्या प्रत्येक घरातून काही वेळापुरता तरी मडकी पेटल्याचा आवाज यायचा. तो आवाज ऐकल्याखेरीज जणू कुंभारांना चैन पडत नव्हतं, झोप येत नव्हती.

पण या दिवसांत शंकर आणि रामचंद्राची पेटणी अडगळीत गेली होती. गेला महिनाभर त्यांनी मडकी पेटल्याचा आवाज कुणी ऐकला नव्हता. मडकी सुकत घातलेली पाहिली नव्हती. आवा तर सोडाच. दिवसभर उगीच उठबस करायचे, कुंभारधंद्याला शिव्या देत वैतागल्यासारखं करायचे. कुणी म्हणत, जरा काळोख पडला की ते दोघं मिळून अंधारात लपून कुठंतरी जातात. मग रात्रीचे फार उशिरा येतात.

वाडा काहीसा धास्तावूनच होता. पूर्वी आंब्याची सावली वाडीवर धरलेली होती, तेव्हा वाडी एका ठिकाणीच पहुडल्यासारखी भयमुक्त होती. आता सगळंच दुरावल्यासारखं झालं होतं. त्यात या दोघांचं काही कळत नव्हतं. पोलीस तर रात्रीअपरात्री या भागात फिरत असायचे!

एक दिवस अंधारल्यावर ते दोघं गेले, आणि इकडे धर्मूची आजी बायजाच्या खोपीत मरून पडली. मागची दोन वर्षं ती हातात काठी घेऊन बायजाची राखण करीत होती. खरंतर बायजा आणि ती, दोघीही अर्धपोटीच जगत होत्या. तरी आजी मध्येच तिथून निसटायची आणि बाहेर काही मागून खायची.

ती मरून पडली आहे हे कळल्यावर बायजा रात्रीची बोंबा मारत बाहेर आली. तिची बोंब ऐकून बरेच जण तिच्या खोपीशी गेले. ती म्हणायला लागली, ''बघा ती, हाक मारली तर ओ देत नाही; हलवलं, तर हलत नाही. तोंड उघडं टाकून पडली आहे.''

पुरशानं तिला उचलून धर्मूच्या घरात आणलं आणि ओसरीत ठेवलं. पण शंकर आणि रामचंद्र दोघंही नव्हते. रामचंद्राची तर चुलत आजी होती. लोकांनी त्यांची वाट पाहिली, पण मध्यरात्रीनंतरही ते आले नाहीत.

मग केव्हातरी ते आले. किती वेळ झाला हे त्या पेंगुळणाऱ्या लोकांना काही कळलं नाही. आभाळात तर चंद्र नव्हता. नुसत्या नक्षत्रांच्या राशी पसरलेल्या होत्या. लोकांत एक संभ्रम, ते कुठं गेले होते? त्यांनी काय आणलं? काहीच माहीत नव्हतं... भुतांच्या मेळ्यातून आल्यासारखे वाटावेत जणू!

आजवर कुंभारांनी कधीच प्रेत रात्रीचं घरात ठेवून घेतलं नव्हतं. या वेळी मात्र प्रेत रात्रभर घरात पडून राहिलं. कुंभारांना रस्ता, गाव, बाजार, दवाखाना हे सगळं दूर दूर. पण स्मशान मात्र जवळच. तिरडी डोकीवर घेऊन पाच सात मिनिटं चालून गेले, की डोंगरकडेला स्मशान. हे सगळ्या गावाचं पूर्वापारचं स्मशान. इथं वर्षभर कुणाच्या ना कुणाच्या चितेचा धूर उठायचा आणि कुंभार आपल्या दारातून तो पाहायचा. आधी धूर दिसायचा, मग गावात कोण मेलंय ते कळायचं. म्हणूनच की काय, हे कुंभार मरणालाही भीत नव्हते आणि भुतांनाही भीत नव्हते.

धर्मूच्या आजीचं प्रेत मग सकाळी नेऊनच जाळलं. धर्मूनं कधी या आजीला मूठभर घास घातला नाही, पण प्रेत तिरडीवर ठेवल्यावर हा मान छातीशी ओढून काही वेळ हमसून हमसून रडला. सगळ्यांना असंच वाटत होतं, की त्याला जोराची दारूची तल्लफ लागली होती.

शंकर आणि रामचंद्र घरी काही करताना दिसत नव्हते. तरी ते पोतं भरून तांदूळ आणायचे, चांगले चांगले मासे आणायचे. ते अंघोळ करत तिथून साबणाचा सुवास यायचा.

तीनेक महिने हे असं चाललं होतं. लोक तर्ककुतर्क करत होतेच. ठामपणे कुणाला काही माहीत नव्हतं.

अलीकडे सीताईला नीट झोप लागत नव्हती. नातवाचं कसं होणार, सून कशी तग धरून राहणार, अशा विचारांनी ती अस्वस्थ राहायची. एके दिवशी अवचित तिच्या अंगणातून कुणीतरी धाब् धाब् धावून गेल्याचा आवाज आला. पाठोपाठ आणखी काही पावलांचा तसाच आवाज. दरवाज्याच्या फटीतून लखख करून थोडा उजेडही आत आला. ''तारा, कुणी धावला की गं अंगणातून!''

''तू गप्प निजून राहा. तुला काही नको ते. दार उघडलं, तर तुझ्याच घरात कुणी घुसायचा.''

तेव्हा रामचंद्राच्या घराच्या बाजूनं कुणीतरी कुणालातरी धमकावतोय असा आवाज आला. सीताई दार उघडून बाहेर आली. रामचंद्राच्या घराच्या बाजूनं गेली. येऊन अंगणात उभी राहिली. दोघं खाकीतले पोलीस ओरडत होते, ''तिकडे वहाळाच्या वाटेवर आम्हांला पाहून दारूची ओझी टाकून पळून आलेत ते. दोन ओझी, दोघे होते ते. एकटा या घरात घुसलाय. बाहेर ये, नाही तर आम्ही घुसतो घरात. नेऊन लॉकअपमध्येच टाकतो स्टेशनवर.''

रामचंद्राची बायको, मुलं दाराशी उभी राहून मोठ्यानं रडत होती.

सीताई त्या दोघा पोलिसांच्या अगदी समोरच जाऊन उभी राहिली. म्हणाली, ''निष्पाप बैलासारखी कुंभारांच्या पुरुषांची जात ही. आता भुकेला गू खायला लागलेत.'' तिनं भरल्या रडवेल्या आवाजात पुढं म्हटलं, ''कुंभारांचा धंदा पुरा बसलाय. फक्त मसणवटीवर सरणावर फोडायलाच एकदोन मडकी खपतात. काय करावं कुंभारानं, बायको पोरांना विष द्यावं?''

''किती काळ चाललाय हा धंदा?'' पोलीस गरजला.

''हल्लीच. अधूनमधून महिनाच.''

''तिथं पडलेली ती ओझी आम्ही काय करायची मग?''

रामचंद्राच्या बायकोनं येऊन रडत पोलिसाचे पाय धरले. सीताई म्हणाली, ''पळून गेले ते म्हणून सांगा. सरकारला जमा करा तो माल, बेवारशी म्हणून.''

पोलीस उगी मागं फिरले आणि वहाळाच्या बाजूनं चालायला लागले.

तो रेडा कुठून आला आणि वाडीवर केव्हा घुसला ते कुणालाच कळलं नाही. वाडीच्या मध्ये जिथं कापलेल्या आंब्याचा बुंधा होता, तिथं उभा राहून तो मोठ्यानं डुरकू लागला तेव्हा लोकांना कळलं की, मस्तवाल रेडा वाडीत घुसला आहे. आपल्या जवळपासच्या गुरांना, गाईम्हशींना कुंभार ओळखत होते. पण हा नवा होता, कुठंतरी गळाभर चिखलात लोळून आला होता. कुल्ल्यापासून पुढं मस्तकापर्यंत अंगानं पुष्ट भरलेला होता. त्याचे डोळे लालेलाल होते. आणि वर दोन सुळ्यांसारखी बुटकी शिंगं होती. पाहताच धडकी भरत होती. दुरून कुणी हड् केलं, तरी नाक फुलवून रागानं पाहत होता. क्षणाक्षणाला कान फडफडवून जणू सांगत होता, पुढं झालात, तर शिंगावर घेऊन उडवून देईन. लोक भीतीनं ओरडत आपल्या घरांतून रिगले होते आणि कवाडं बंद करून बसले होते.

'आता इथं माझंच राज्य आहे,' अशा थाटात तो वाडीभर नाचला. शिवरामच्या अंगणात घातलेली मातीची रास त्यानं डुरकत उधळून टाकली. धावत जाताना बऱ्याच जणांच्या अंगणांत सुकत घातलेल्या मडक्यांचा पायानं चुरा करून टाकला. कुणाच्यातरी पागोळीचं छतच त्यानं शिंगांनी खाली खेचलं. त्याचं ते लिपाण शिंगांवर घेऊनच काही वेळ नाचला.

असं वाटत होतं, त्याच्या पाठीवर यम बसला आहे आणि तो त्याची वेसण ओढून त्याला नाचवतोय.

भोळसर बायजा आपल्या खोपीच्या दारात उभी होती... ती ऐकत होती कुठंतरी कसला गलका झालाय. रेडा की बैल, कुणीतरी ढेकारतोय... की कुणी मलाच हाका मारतोय की काय! तिला ते सगळं नवलाईचं वाटलं. माझ्या माहेरच्या घरामागच्या रानातून कधी कधी अशाच ढेकारण्या ऐकू यायच्या. बाप म्हणायचा तो रानरेडा म्हणून!

ती खोपीतून निघून पुढच्या बाजूला आली. गोपाळच्या घरापुढं पोहोचल्यावर रेडा पुढेच उभा! दांडगा, काळ्याशार रंगाचा, तांबड्याबुंद जर्द डोळ्यांचा... ती त्याला भ्यायली नाही. त्याला चिडवत म्हणाली, ''हॅट्! कसली तुझी ती पोकळ शिंगं, काय दम आहे तुझ्यात?''

दुसऱ्याच क्षणी रेडा बायजाच्या अंगावर धावून आला. तिला शिंगांवर घेऊन त्यानं फेकून दिलं. ती तिथं उताणी पडली, तेव्हा ती जिवाच्या आकांतानं ओरडली. वाडीचा थरकाप उडाला. पुन्हा तो तिच्या छातीवर, पोटावर पाय देत नाचला. तिचं एकपदरी नेसू फाटून बाजूला झालं. दुसऱ्याच क्षणी त्यानं आपलं शिंग तिच्या छातीच्या खाली पोटात खुपसलं. तिचं आतडं तुटलं, छाती फुटली. फाटलेलं, रक्तबंबाळ झालेलं एक नग्न प्रेत!

रेडा नाकपुड्या फुलवत काही क्षण तिथं उभा राहिला. मग वाडीच्या बाहेर चालायला लागला. शेतातून काही वेळ चालत राहिला आणि मग चौखूर उधळला. रानाच्या बाजूनं धावायला लागला.

गोपाळ हे सगळं आपल्या खिडकीतून पाहत होता. एवढा वयावरचा तो पुरुष, भीतीनं कापत होता. तो दार उघडून आधी बाहेर आला. मोठ्यानं म्हणाला, ''गेला तो रेडा. त्यानं बायजाला ठार मारलं इथं.''

सगळ्यांची कवाडं उघडली. पुरुष, बायका बायजाच्या प्रेताशी गोळा झाले. रुक्मिणीनं तिचं बाजूला पडलेलं नेसू बोटाच्या चिमटीत धरून तिच्या उघड्या देहावर टाकलं. पण दुपारपर्यंत प्रेताला कुणी हात लावला नाही. सदानंद आणि शाणू मिळून पोलीस स्टेशनवर गेले आणि त्यांनी पोलिसांना बातमी दिली. ते येऊन पंचनामा करून प्रेत घेऊन गेले आणि दुसऱ्या दिवशी दुपारी आणून घनश्यामच्या स्वाधीन केलं. तो तिचा मोठा दीर होता.

पण शेवटपर्यंत तो रेडा कुणाचा ते काही कळलं नाही. कुणी म्हणतं, तो गोव्यातून सीमा ओलांडून आला होता या बाजूला.

बायजा मेली, तेव्हा तिच्या खोपीत काही मातीची भांडी होती आणि दोन आलेमिनच्या ताटल्या होत्या. याशिवाय अजून काही नव्हतं. दांडीवर एक साडीचं फाटकं जुनेर होतं. बरोबरीनं नवऱ्याचा एक जुना मळका शर्ट ठेवलेला होता.

बी.ए. पास होऊन आलेला सदानंद गावात दोनअडीच महिने राहिला. तो नेहमी खानापूरकर मास्तरकडे पोस्ट ऑफिसात जायचा. त्या दिवशी वाडीवर रेडा घुसला आणि त्यानं बायजाला मारलं, तेव्हा तो घरी नव्हता. पण नंतर पोलिसांना बातमी द्यायला, प्रेत नेऊन परत आणायला, त्याचा ताबा घेताना, सदानंदाची फार मदत झाली. पोलिसांच्या प्रश्नांना तोच नीट उत्तरं देत होता. वाडीवर कुणाला इंग्लिश बोलताना लोक प्रथमच ऐकत होते. त्यांना ते एक नवलच होतं.

वाडीला अभिमान वाटला होता आणि अपेक्षाही वाढल्या होत्या. आता हा वाडीला कसल्याही संकटातून तारणार! कुंभार आजवर अनाडीच राहिला होता!

सदानंद पाहत होता, पैशांचा अतिशय अभाव आणि त्यातून आलेली गरिबी. ती एक चिवट रोग कसा इथं पसरून होती. कुठल्याच सुखाची अपेक्षा नव्हती. फक्त पोटासाठी जगावं म्हटलं, तरी पोट भरत नव्हतं. कुणाला काही बऱ्याचं सांगायला जावं, तरी तो अंगावर खेकसायचा.

''अगे, मुलाला शाळेत पाठवत का नाहीस?'' म्हटलं, तर ती म्हणायची, ''तुझ्यासारखं घरातून पळून जायला सांग त्याला. मग तुझ्या आयसारखं बिनधास्त राहू आम्ही. तुला त्या कुळवाड्याच्या पोरानं पोसलं फुकट पाच वर्षं. आम्हांला कुणी एक जेवण घालणार नाही.''

सदानंदाला कळलं, हे काहीतरी खोटंच पसरलं आहे गावात. पण तो काही बोलला नाही.

हे तिरपं बोलणं ऐकून सदानंदाला वाटलं, कुंभार जास्तच आडमुठा होत चालला आहे. लगेच भांडायला उठतो. उपाशीपोटी बोलल्यासारखा बोलतो. यांच्यासाठी मी काय म्हणून करणार? आतातरी मीही हातात पैसे नसलेला त्यांच्यासारखाच एक कुंभार!

एक दिवस प्रल्हाद सामंतचं त्याला पुण्याहून पत्र आलं. त्यानं लिहिलं होतं, ''तू गावाला जाण्याआधी आम्ही दोनतीन ठिकाणी जाऊन आलो होतो तुझ्या नोकरीसाठी, ते तुला ठाऊक आहेच. बंडगार्डनजवळ जो हिंदुस्थान लीवरचा मोठा सेल्स डेपो आहे, तिथं एक सेल्स सुपरवायझर हवा आहे म्हणे. तिथला मॅनेजर आमच्या बँकेतल्या मॅनेजरचा मित्र आहे. काम होईल.''

आई वडिलांना सांगितलं, तर ते काहीच बोलेनात. काही वेळानं वडील म्हणाले, ''परत इतक्या लांब जायलाच हवं का?''

मग आई चिरक्या स्वरात म्हणाली, ''कुठंतरी जाऊन पोट भरायलाच हवं ना?''

ते सांगण्यासाठी तो सीताईकडे गेला. सीताईनं म्हटलं, ''वाडीवर शिकलेला तू एकटाच मुलगा. वाडीला असा वाऱ्यावर टाकून जातोस?''

''मला पुष्कळ वाटतं गं गावात राहावं म्हणून. पुण्यात असताना इथल्या आठवणीनं कधी कधी रडत होतो. इथं राहून काय करणार मी? इथं कुठं जवळपास कसला उद्योगधंदा नाही. कुळवाड्यांची मुलंही शेती सोडून बाहेर जाताहेत. कितीही डोकं आपटलं, तरी कुंभारधंदा वाढण्याची शक्यता नाही.''

''ते खरं आहे रे तुझं, पण...''

''या धंद्यात फायदा असता, तर ना गं शहरातल्या पैसेवाल्यांनी येऊन इथं फॅक्टऱ्या घातल्या असत्या! कुंभारांनी आता धंदा बदलला पाहिजे. हरप्रयत्नातून पैसा कमावला पाहिजे. मगच पोटभर जेवता येईल, मुलांना शिक्षण देता येईल. हा धंदा म्हणजे काही आपली जात नाही, किंवा धर्म नाही धरून राहायला.''

''तू शिकला आहेस, तू लाथ मारशील तिथं पाणी येईल. पण अशिक्षित अनाडी कुंभारांना कठीण आहे ते. अजूनही मातीच्या गोळ्यातच कुंभारांना भाकरी दिसते.''

''आता जग बदलून गेलं आहे. सगळं खुलं झालं आहे. आता आपण पण बदलायला हवं ना? सगळ्या जातीच्या लोकांना सगळीकडे राखीव जागा असतात; शिक्षणात, नोकरीत, आमदारकीत. पण आपल्याला क़ाहीच नाही. स्वातंत्र्य मिळून साठ वर्षं झालीत. पण आपल्याला अजून वीज नाही, रस्ता नाही. वहाळावर साधा पूल नाही. माझ्यासारख्याला शिक्षण घ्यायचं झालं, तर लोकांचे जेवणाचे डबे वाहून ते घ्यावं लागतं. आता आपणच आपल्या पायांवर उभं राहिलं पाहिजे. आपण राजकारण्यांकडे गेलो, तर ते आपल्याला काही देणार नाहीत, कारण आपली मतं कमी. इकडे तिकडे शिंपडलेली, एके ठिकाणी तीस चाळीसच मतं. शिक्षणाशिवाय आता कुंभाराचं काही भलं होणार नाही. मुलांना शिकवा म्हटलं, तर हे कुणी ऐकत नाहीत.''

''पोटातल्या भुकेसमोर पुराणं वाचून काही उपयोग नाही, सदानंद. भूक चरणाऱ्या बैलासारखी असते, ती विचार करत नाही.'' काही वेळानं सीताईनं म्हटलं, ''सरकार तळ्यावर बांध घालून आपली माती बुडवणार आहे. आता ते काम लवकर सुरू होणार आहे म्हणे. तुझ्यासारखा शिकलेला मुलगा ते काम अडवायला, त्यांच्याशी भांडायला पुढं हवा आता.''

''काही होणार नाही गं अडवून. शंभर दोनशे गावं खाली करून नद्यांवर मोठमोठी धरणं बांधली आहेत सरकारनं. किती आंदोलनं झाली. काय झालं? साऱ्या गावभर लोकांना तळ्यावर बांध हवा असेल तर आठदहा कुंभारांच्या घरांचं कोण ऐकणार? कुंभारांच्या मडक्यांपेक्षा शेती बागायत मोठी त्यांना. मी काही सांगायला गेलो, तर ते म्हणतील, 'हा विकासाच्या विरुद्ध आहे. हाकलून लावा त्याला'.''

''तुमच्यासारख्या मुलांचं सोड. कुठंही जाऊन पोटं भराल तुम्ही. पण जे अर्धं वय पार करून गेलेत ते मातीच आपलं पोट म्हणतात, त्यांनी काय करावं? मी सांगते सदानंद, बांध घालून तळं बुडाल्यावर वाडीवरचा एकूण एक वयस्क कुंभार जाऊन तळ्यात उडी घेऊन जीव देईल!''

काही वेळ सदानंद सीताईला पाहत राहिला. त्याच्या डोळ्यांत अश्रू आले. असाहाय्यपणे तो मागं फिरला आणि चालायला लागला. घोगऱ्या आवाजात म्हणाला, ''येतो गं, सीताई!''

सीताई लगबगीनं उठून उभी राहिली. काहीशी त्याच्या मागं जात म्हणाली, ''सदानंद, माझ्या नातवाला कुठंतरी एखादी नोकरी मिळाली तर बघ रे! पुढच्या गोकुळाष्टमीला पंधरावं संपणार आहे त्याला!''

कार्तिकाचं थंड वारं वाहत होतं. सकाळच्याला बरीच थंडी होती. वाडीवर तुकड्यातुकड्यांनी कोवळ्या उन्हाचे भोवरे पडले होते. शंकर गुडघ्यांत डोकं खुपसून उन्हात शेकत बसला होता. त्याचे गुडघेच तेवढे दिसत होते. तोंड गुडघ्यांत लपून गेलं होतं.

विश्राम समोरून जात होता. त्यानं विचारलं, ''शंकरअण्णा, थंडी खूपच पडली आहे ना रे?''

''हो, रात्रभर कुडकुडत होतो थंडीत. अजून थंडीची मिठी सुटत नाही. आता रक्त आटलंय माझं. आंब्याचं झाड होतं, तेव्हा बरं होतं. झाडाखाली थंडीही उणी आणि गरमीही उणी. झाडाची हाडं विकून खाल्लीत त्यांनी.''

''तू वयानं तसा जास्ती नाहीस रे.''

''कुंभार लहान आणि मोठा! चाळिशी झाली की खल्लासच तो! देह आव्यात भाजून काढल्यासारखा होतो. लवकर मरण आलं, तर वाईट नाही रे विश्राम. उभा असतानाच मरण यावं रे कुंभाराला! ती शिवरामच्या घरावरची केळ पाहिलीस? केवढं मोठ्ठं पान आलंय त्याला. जाऊन थेट घराच्या वरच्या छपराला टेकलंय. एवढं मोठं पान कधी पाहिलंयस तू? कुंभार थकायला लागलाय आणि या हडळ केळीला हे एवढं मोठ पान! माझ्या तिरडीवर अंथरायला बरं पडेल ते विश्राम!''

नंतर तो एकदम उठून उभा राहिला, शिवरामच्या घराच्या बाजून तोंड करत मोठ्यानं म्हणाला, ''शिवराम, तुझ्या घराशी ते केळीचं पानं पाहिलंस? चटईएवढं पान! अपशकुनी ते. मागं दुलबा मेला, तेव्हा त्याच केळीचं पान तिरडीवर अंथरलं होतं ना? आता हे माझ्यासाठी फुटलं आहे!''

दीड एक वर्षापूर्वी दारूचं ओझं वाटेवर फेकून धावत येऊन तो वाडीवर लपून बसला होता. त्याला धरायला पोलीस त्याच्या पाठोपाठ धावून येत वाडीत घुसले होते. सीताईनं रडून, पोलिसांचे पाय धरून त्याला वाचवलं होतं. तेव्हापासून त्याला नैराश्यानं घेरलं होतं. आता आता तो भ्रमिष्टासारखा वागत होता. कधी मडकी पेटायला म्हणून माती भिजवायचा आणि मग ती आठ आठ दिवस कुजत पडायची. मनात आलं, तर चाक फिरवून गळे काढायचा. ते गळेही कधी सुकून त्यांच्या करवंट्या होऊन जायच्या.

कोणतंच काम नीट करत नाही म्हणून बायको, मुलगे त्याला हिडीसफिडीस करायचे.

मागं त्यानं नेट लावून दोन वेळा आवे घातले. एकदा तो आणि त्याची बायको देवकी दोन शिंकाळीभर ओझी डोकीवर घेऊन सात मैल चालत कोडीबागला गेले होते. तिथल्या बाजारात दिवसभर उभं राहूनही एका शिंकाळ्यातली मडकीही सगळी खपली नव्हती. उरलेली मडकी घेऊन परत घरी पोहोचेपर्यंत रात्रीच्या जेवणाची वेळ झाली होती. शंकर पार थकून गेला होता. आल्या आल्या तो चटई पसरवून आडवा झाला. नंतर मडकी करायला त्याचा हातच चालेनासा झाला. कधी रागानं बायकोला शिव्या देत म्हणायचा, ''कशाला बडवतीस, कशाला चाळतीस ती माती? आता कुणाच्याही सरणावर फोडायला एकदोन मडकी सावकाशीनं करायची. माझी मी करून ठेवलीच आहेत. उद्यापासून रोज रानात जाऊन मला जाळायला लाकडं पण आणून ठेवणार आहे.''

आता त्यानं एक नवीनच ऐकलंय. त्याचा मुलगा प्रकाश, त्यानं बाजाराजवळच्या एका वडाच्या झाडाखाली झावळ्यांचा आडोसा करून एक मांडव घातला होता. त्यात एक फळी आडवी टाकून त्यावर काही बरण्या ठेवून विडीकाडी, बिस्किटं, चणे, बेदाणे विकत होता. दिवसाचं सरबत पण करून द्यायचा. पण खरंतर तो तिथं दारू विकायचा. संध्याकाळी लोक मांडवात गर्दी करायचे. कुणी कुणी दारू ग्लासात घेऊन बाजूच्या झाडाखाली जाऊन बसायचे. गोव्याच्या हद्दीत जाऊन प्रकाश स्वतः दारू आणायचा. नाहीतर कधी कुणाकडून आणून घ्यायचा.

सगळं ऐकल्यावर शंकर एवढंच म्हणाला, ''आता मी मोकळा झालो. कामातूनही मोकळा आणि मरायलाही मोकळा.'' त्यानं मोठ्यानं हाक देऊन सीताईला म्हटलं, ''सीताई, आमचा प्रकाश धंद्याला लागला. कुंभार धंद्यापेक्षा वाईट धंदा आणि जगात दुसरा कोणताच नाही. आपण भिऊनच मेलो जन्मभर. यापुढे कोण कुणाला झ्याट भिणार नाही. तेव्हा तू पोलिसांच्या उगाच पाया पडलीस. मी मुठ्ठ्या घातल्या असत्या त्यांना.''

''तू मुठ्ठ्या घालणार? कुंभारडाच तू!''

''सीताई तू शिवी देऊ नकोस हं मला!'

कुंभारवाडीच्या जवळ काही अंतरावर काही कुळवाड्यांनी मोठं खळं घातलं होतं. तिथे धानाच्या तीसेक राशी-गुडवी रचून ठेवलेल्या होत्या. चार दिवसांतच मळणी सुरू होणार होती. परवाच स्थळाच्या राखणदाराची

मानाची जागवण झाली होती. त्याला कुळवाड्यांनी रोटी, चरू शिजवून अर्पण केलं होतं.

त्याच्या दुसऱ्याच दिवशी राघोबा कुंभार मध्यरात्रीच्या सुमाराला लघवीला म्हणून बाहेर आला होता. त्याच्या डोळ्यांपुढं काही चमकल्यासारखं झालं. मग आगीची भगभग दृष्टीस पडली. राघोबा समजला, शेतकऱ्यांच्या खळ्याला आग लागली आहे. तो मोठ्यानं ओरडला, परत परत ओरडला, ''कुळवाड्यांच्या खळ्याला आग लागली आहे रेऽऽ''

सगळे कुंभार धडाधड दारं उघडून बाहेर आले. पाहतो तर एक गुडवं धू धू जळत होतं. काही क्षण सगळेच ओरडायला लागले. मग भानावर आले. घरात, दारात, अंगणात जिथं म्हणून कळशा, बिंदग्या पाण्यानं भरलेल्या होत्या, त्या घेऊन कुंभार, त्यांच्या बायका खळ्याच्या बाजूनं धावू लागले. अजून कुणी विहिरीतून पाणी भरू लागले. शाणू आणि प्रेमानंद कुळवाड्यांना सांगायला त्यांच्या वाडीवर धावले. पाचसात मिनिटं ते वाघ पाठीला लागल्यासारखे धावत होते. मग त्यांनी वेशीवरूनच त्यांना मोठमोठ्यानं आवाज दिले.

दहाबारा कुंभार, तेवढ्याच बायका शेतात बांधावरून जशा उड्या घेत पुढं मागं धावत होते. पूर्ण पेटलेल्या एका गुडव्याचा उजेड लपलपत भोवती पसरला होता. काही वेळानं आणखी दोन गुडव्यांनी पेट घेतला. कुंभार पाणी मारून मारून सगळी गुडवी भिजवत होते. शेवटी त्यांनी नंतर पेटलेली दोन गुडव्यांची आगही विझवून टाकली. त्यांची आग आत कणसापर्यंत पोहोचली नव्हती. वरवरूनच ती जळली होती. पण प्रथम पेटलेलं गुडवं पोटापर्यंत जळत होतं. त्याची आग वरवरपर्यंत पोहोचत होती.

तेवढ्यात पंधरावीस कुळवाडी, त्यांच्या बायका हे भयभीत रडत ओरडत आले. त्यांच्या हातात, डोकीवर, भरलेल्या, रित्या कळशा होत्या. सर्वांनी मिळून मग पुरी आग विझवून टाकली. आता त्यांच्या पुढ्यात होतं पूर्ण जळून खाक झालेलं एक गुडवं आणि वरवरून जळलेली दोन गुडवी!

उघड्या आभाळात अगणित नक्षत्रं लखलखत होती. खळ्यावर तीसेक गुडवी शाबूत उभी होती. थंडीच्या कडाक्यात कुंभार एका बाजूला खुरमांडी घालून बसले होते, दुसऱ्या बाजूला कुळवाडी शेतकरी. त्या काळोखात सगळे एकसारखेच, आपलेसे दिसत होते. खरं तर एक मोठं संकट टळलं होतं. त्याचा आनंद होण्याऐवजी, 'पुऱ्या खळ्याला आग लागली असती, तर काय झालं असतं' याच काळजीत कुळवाडी गढून गेले होते. एक गुडवं जे पूर्ण जळलं होतं आणि दुसरी दोन गुडवी थोडक्यात बचावली होती, ती

सदाशिव शेतकऱ्याची होती. त्याची थोडीच शेती स्वतःच्या मालकीची होती आणि बरीचशी जमीनदाराची होती. तो रडल्यासारखा मधून मधून काही बोलत होता.

मध्येच कुणीतरी कुळवाडी म्हणाला, ''आजपर्यंत शेजारी शेजारी भावांसारखे राहत आलोय आपण इतकी वर्षं. चांगली मायाळू, प्रामाणिक जात तुमची. आज आमच्या खळ्याची आग तुम्ही विझवली. विसरणार नाही कधी.''

कुंभारांच्या काही जणांनी तो आवाज ओळखला, तो खुशाली होता, मागच्या वर्षी आव्याजवळची जागा आपली म्हणून कुंपण घालायला बघत होता, तेव्हा सीताईनं त्याला पिटाळलं होतं. नंतर सीताईला त्यानं खूप शिव्या दिल्या होत्या. त्याची गुडवी आता जळता जळता बचावली होती.

पुरशा तेव्हा म्हणाला, ''आग लागलेली पाहून उगी राहणं म्हणजे आग लावण्यासारखंच पाप आहे.''

मग सगळे उठून उगी जायला लागले.

दुसऱ्या दिवशी ते कुळवाडी खळ्याशी येऊन पाहत होते तेव्हा त्यांच्या लक्षात आलं, काल संध्याकाळी विष्णू आपल्या खळ्याजवळच्याच शेताला मेरा नीट करत होता, तेव्हा त्यानं घराकडून येताना विडी पेटवायला एक शेणकूट पेटवून आणलं होतं. जाताना ते जळतं शेणकूट तो तिथंच ठेवून गेला. धान कापून ते गोळा करताना तिथं गवत पडलं होतं. कापलेल्या धानाची मुळंही सुकली होती. शेणकुटाच्या आतली आग गवताला लागून ती आग पार खळ्यावरच्या गुडव्यापर्यंत पोहोचली होती. आग दूरवरून पेटत आलेली दिसत होती.

दीडेक वर्षापूर्वी चंद्रकांतचं लग्न झालं होतं. त्याची बायको रजनी ही आगोंद, गोव्याहून लग्न करून आणलेली. दिसायला खूप सुंदर होती असं नव्हे, पण ती चार यत्ता शिकली होती. फॅशनपण करायची. तिच्याजवळ मेकअप बॉक्स होता. बाजारातून शांपूची पाकिटं आणून ती नाहायची. माती वगैरे बडवताना तिच्या केसांत माती भरायची. मग ती सगळ्यांवर कावायची. ती कामं करायला मागंपुढं करायची. तिच्या ट्रंकेत सलवार-कमीजचे दोन जोड होते. पण या कुंभारवाडीवर ते घालायला ती धजत नव्हती. ते ट्रंकेतून पुन्हा पुन्हा काढून झाडलेसे करून परत ट्रंकेत ठेवायची. लग्नापूर्वी दोनेक वर्षं ती वास्कोला मावशीच्या घरी होती, मावशीच्या नातवाला सांभाळायला. वास्कोच्या गोष्टी ती वाडीवरच्या बायकांना सांगायची. बंदरात

उभ्या राहिलेल्या मोठ्या बोटी तिच्या मावशीच्या घराच्या दारातून दिसायच्या. त्यांचे भोंगे वाजायचे. बाजारातून गोरे परदेशी लोक फिरताना दिसायचे. परदेशी वस्तू मिळायच्या...

आगोंदचा तिचा बाप कुंभारकामं करत नव्हता. उन्हाळ्यात तो काजूच्या मळ्यावर काम करायचा. काजूची दारू गाळण्यात तो तरबेज होता. पावसाळ्यात हातात खोरं घेऊन नारळाच्या बागेत कामं करायचा, माडांना आळी धरायचा. तीन मुली, बरीच गरिबी. त्यात त्याच्या जातीचे कुंभार फार थोडे. सोयरिकीसाठी खूप फिरावं लागायचं.

एकदा विश्रामची बायको श्रीमंती आगोंदला आपल्या बहिणीच्या घरी गेली असताना तिनं सहज रजनीच्या बापाला म्हटलं, ''आमच्या कुंभारवाडीवर चंद्रकांत म्हणून चांगला मुलगा आहे. कुंभारकामाला पण हुशार आहे. रजनीला शोभेल तो चांगला.''

रजनीचा बाप पडत्या फळाची आज्ञा मानून लगेच श्रीमंतीबरोबरच माजाळीला कुंभारवाडीवर आला. जाताना सगळं पक्कं करूनच गेला. माहेरसारखी इथेही गरिबी होतीच. शिवाय जगण्यात काहीच रंगढंग नव्हते. साधा पावडरचा डबा कुण्या बाईकडे नव्हता. आंघोळीचा वासाचा साबण पण कमीच दिसायचा.

पण मडक्यांचं ओझं डोकीवर घेऊन जायचं असलं, तरी रजनी तोंडाला पावडर लावून घ्यायची. तिची सासू तिला टोमणे मारायची. तिनं एकदा म्हटलं, ''आमच्या आव्यातून पांढरी राख फार निघते. मडकीत ती भरून ठेव आणि रोज लावत जा अंगाला.''

ती सासूच्या अंगावर मग खेकसली, ''राख आणि माती यांच्याशिवाय तुम्हांला काय माहीत आहे? चिखलात लोळणाऱ्यांना चिखलाचंच सुख!''

त्या दिवशी सासू आणि सुनेमध्ये मोठं भांडण झालं. मग पुन्हा पुन्हा अशी भांडणं होत राहिली. सासूनं केलेल्या स्वयंपाकाला ती गुरांचा चारा म्हणायची. सासू म्हणायची, ''ही नाचरी बाई आणून टाकली आहे घरात. वाट्टोळ करील ती घराचं.''

रजनीला वाटायचं, नवऱ्यानं आपल्याला साथ द्यावी. आईवर आवाज चढवावा. पण तो, त्याचा बाप शिवराम कुणाचीच बाजू घेत नव्हते. आपल्या कामात मग्न होत उगीउगी राहायचे. एक दिवस असंच भांडण झालं तर आई चंद्रकांतला म्हणाली, ''तू शेळपट म्हणून तिची ही मस्ती.

बायकोचं तोंड फोडता येत नाही?'' तेव्हा चंद्रकांत एवढंच म्हणाला, ''तुम्ही भांडून मरा तिकडे! मला आणखी मध्ये ओढू नका.''

तसा चंद्रकांत थोडा थंड प्रकृतीचाच होता. आता मुलं इन् शर्ट करून लांब पॅण्टी घालायला लागली होती. पण चंद्रकांत हाफ पॅण्टच घालायचा आणि वरून शर्ट सोडायचा. तळ्यावर गेल्यावर, 'चल, जरा रानातून फिरून येऊ या' असं रजनीनं म्हटलं, तर तो म्हणायचा, 'कशाला गं तिकडे? काटे टोचून घ्यायला? घरी जायला उशीर होईल.'

सदाशिवगडावर महामायची जत्रा होती. त्या जत्रेत पूर्वी दहाबारा ओझी मडकी खपायची. वाडीवरच्या बायकासुद्धा मोठाल्या बुट्ट्या भरून घेऊन जायच्या. पण आता लोकांना जत्रेतून हातात मडकी घेऊन जायला लाज वाटायची. कुणी ओळखीचा भेटला तर म्हणायचाही, 'अजून मडक्यातच रांधता तुम्ही?'

या वर्षी दोघेतिघेच कुंभार, त्यांच्या बायका मडक्यांची ओझी घेऊन जत्रेला गेले होते. रजनीचा सासरा शिवराम सुनेला घेऊन जत्रेला पोहोचला होता. बरोबर दोन ओझी मडकी होती. सकाळी सुनेला मडक्यांचं दुकान लावून देऊन तो घरी परतला होता. परत येताना सुनेला सांगितलं होतं, ''खपतील तेवढी खपतील. संध्याकाळी उरलेली सगळी मडकी राशीत घालून या भांडीवाल्याच्या दुकानाच्या बाजूला ठेव. वरून ही बुट्टी उपडी ठेव. अंधार व्हायच्या आधी घरी परत ये.''

सांगितल्याप्रमाणे त्या दिवशी संध्याकाळी ती वेळेवर घरी परतली. दुसऱ्या दिवशी सकाळी तिचा नवरा चंद्रकांत तिच्याबरोबर अजून काही मडकी घेऊन गेला आणि तोही बायकोला तिथं विक्रीला ठेवून लगेच परतला.

दोन्ही दिवस तिन्हीसांजेला ती घरी परतली.

शेवटच्या तिसऱ्या दिवशी 'उरलेली मडकी विकून रिकाम्या बुट्ट्या घेऊन येते' म्हणून ती एकटीच जत्रेला गेली.

त्या दिवशी मात्र अंधार पडला, तिन्हीसांजा झाल्या, रात्र झाली, पण ती परतली नाही.

त्या दिवशी जत्रेत विक्रीला गेलेल्या एकदोन बायकांना विचारलं, तर त्या म्हणाल्या, ''ती आमच्याबरोबरीनं जवळ येतच नव्हती. फटकून दूरदूर राहायची. काल परवा घरी परततानासुद्धा मागून मागून हळूहळू चालायची. आज संध्याकाळी तर कुठं दिसलीच नाही.''

घरात काळजी सगळ्यांच्या गळ्यापर्यंत पोहोचली. शिवराम चंद्रकांतला घेऊन सदाशिवगडाच्या बाजूनं झपझप चालायला लागला. काळोखात तास सव्वा तासाची वाट तुडवायची होती. शिवरामला कळत होतं, आपला मुलगा रडकुंडीला आला आहे. तो म्हणाला, ''कांता, तिला एकटीला पाठवायला नको होतं. पूर्वीसारखं नाही आता, वाईट दिवस आलेत.''

''तिला लिहायला, वाचायला येतं. नाटकात बोलल्यासारखं बोलते.''

''माहेरी वगैरे जाते म्हणत होती?''

''नाही. दोघं मिळून गोव्यात कुठंतरी जाऊ या म्हणत होती. तिकडे मला नोकरी कर म्हणत होती. मी नको म्हटलं.''

शिवराम सुसकारला.

ते महामायच्या देवळाजवळ पोहोचले, तेव्हा बरीच दुकानं जत्रेतून गेली होती. उरलेली पडदे ओढून बंद केलेली होती. देवळाच्या परिसरातही कुणाची ये-जा नव्हती, कसला आवाज नव्हता. उजेड आणि काळोखाच्या सरमिसळीमुळे सावल्या सगळीकडे पसरल्या होत्या. देवळात गर्भागाराच्या पुढं उण्याच उजेडात दोघं तिघं बसलेले दिसत होते. बाकी सगळं रितं होतं.

रजनीला जिथं विक्रीसाठी बसवलं होतं, तिथं शिवराम मुलाला घेऊन गेला. तिथं उरलेली काही मडकी बुट्टीत घालून तांब्यापितळीच्या दुकानाशी सरकवून ठेवलेली होती. पण ते तांब्यापितळीचं दुकान भकास रितं होतं. विक्रेते उठून गेले होते. फक्त तो मांडव, त्याच्या चार मेढी आणि वरच्या झावळ्या तेवढ्या होत्या. पाहून शिवरामच्या काळजावर मूठ मारल्यासारखं झालं. कुठं गेली ही?

चंद्रकांत म्हणाला, ''वाटेवर कुठंतरी चुकामूक झाली असेल बाबा. ती घरी पोहोचली असेल!''

समोरच एक खाज्याचं, मिठाईचं दुकान होतं. पुढून पडदा ओढलेला होता. शिवरामनं जाऊन हाक देत पडदा सरकवला. आत बराच उजेड होता आणि खाजेवाला पैसे मोजत होता. त्यानं विचारलं, ''काय पाहिजे?''

शिवराम हवालदिल झाला होता. त्यानं भीतभीतच विचारलं, ''ती समोर मडकी विकत बसायची ती बाई, रात्र झाली तरी घरी पोहोचली नाही ती. आम्ही काळजीनं माजाळीवरून चालत आलोय.''

खाजेवाला आधी जरा संकोचल्यासारखा झाला. पण त्यांचे उतरलेले चेहरे पाहून म्हणाला, ''तुम्ही कोण तिचे?''

''मी सासरा आणि हा तिचा नवरा.''

''संध्याकाळच्याला ते भांड्यांचं दुकान आवरून, भांडी पिकअपमध्ये टाकून ते जायला गेले. ती मडकी विकणारी पिकअपमध्ये पुढं बसलेली पाहिली होती. बरोबरीनं तो पैसे मोजून घेणारा होता.''

शिवराम हादरूनच गेला. चंद्रकांतला रडू फुटायला आलं.

मग तो खाजेवाला किंचित वाकून हळूहळू म्हणाला, ''दोन तीन दिवस त्यांचं चाललं होतं ते. ती मडकी विकायची सोडून त्याच्याशी येऊन बसायची. हसत हसत बोलायची. तोच तिला चहाला, जेवणाला घेऊन जायचा. ती पिकअपमध्ये बसली होती तेव्हा मला वाटलं होतं, तो तिला वाटेत तिच्या घराशी सोडून जाणार. पण ती घरी पोहोचली नाही म्हणता तुम्ही...''

''कुठं गेले असतील ते?''

''कसं सांगणार? एवढी सारी भांडी घेऊन गावोगावी जत्रा करत फिरतात ते.''

''साधारण किती वाजता गेलेत ते?''

''सहाच्या सुमाराला. आता दहा वाजायला आलेत रात्रीचे.''

वडील आणि मुलगा तिथं बाजूला सरकवून ठेवलेली मडकी घेऊन परत निघाले. वाटेवर कुणी एक शब्द बोलत नव्हतं. ते काळोखातून चालत होते आणि काळोख भुतासारखा त्यांच्याबरोबर चालतोय असं वाटत होतं. वाटेत काही बोललो, तर आपला साधाभोळा मुलगा रडायला लागेल अशी भीती बापाला वाटत होती.

घरी येऊन त्यानं बायकोला सांगितलं, ''कुणाबरोबर तरी पळून गेली ती पिकअपमध्ये बसून. यापुढे बायका कुंभारांच्या बरोबर राहणार नाहीत.''

घरात रडताही येत नाही आणि सोसवतही नाही अशी गत!

शंकर, ज्याला नैराश्यानं घेरलं होतं, तो अलीकडे बराच खंगला होता. चालताना गुडघे लपकत होते. मान सारखी हलत होती. तो आज धावतसा सीताईकडे आला आणि म्हणायला लागला, ''सीताई, ते बघ आव्याच्या तोंडाशी सुपाएवढं वटवाघूळ मरून पडलं आहे. काय सांगतंय गं ते?''

सीताईला धस्स झालं. ती घाईघाईनं आव्याशी गेली. पण तिथं काहीच नव्हतं. होती फक्त राख आणि फुटलेल्या मडक्यांचे तुकडे. ''अरे कुठं रे ते? काहीच नाही इथं. तुझ्या डोक्यातलाच किडा तो!''

''होतं ग. पंख पसरवून पडलं होतं. उडून गेलं आहे ते. जाऊन घरावर बसलं आहे.''

''कुणाच्या?''

''जो आधी मरणार त्याच्या.''

सीताईनं त्याला बारीक पाहिलं. वाटलं, त्याचे डोळे खोल बिळात गेले आहेत. तिथं ते पसरून चमकतायत.

मग तो गेला आणि वाडीच्या कडेवर गुडघ्यांत मान घालून बसला.

तिकडून विष्णू दोन मरतुकडे बैल घेऊन येत होता. त्याच्या खांद्यावर जुना झरलेला नांगराचा फाळ होता. त्याला तुटायला आलेल्या काढण्या लोंबत होत्या. बैलांच्या पाठीचे कणे बसलेले होते. भागलेली पोटं खाली लोंबत होती. तो जवळ आल्यावर सीताईनं विचारलं, ''विष्णू, हे बैल कत्तलखान्यातून आणले आहेस की काय?''

विष्णूनं नांगराचा फाळ उभा टेकवला. म्हणाला, ''तो कुळवाडी अनंत नायक म्हणाला, माझी डोंगराकडची दीड एकर शेती तू खंडानं कर. माझे दोन्ही मुलगे आता नोकरीनिमित्त बाहेर गेलेत. मला सगळी शेती झेपणार नाही. काय खंड देतोस ते दे.''

''मग हे बैल कुठले?''

''तुला माहीत आहे, मागं काशीनाथ कुळवाडी मेला होता? त्याला एकटाच लहान मुलगा. बैल गेले चार महिने खुंट्याला बांधलेलेच होते म्हटलं तरी चालेल. त्याची बायको म्हणाली, तू ने ते बैल, चारापाणी घाल. चारायला ने, एकदोन वर्षं थोडी नांगरणीही करतील ते.''

''तिनं विकले का नाहीत ते बैल?''

''म्हातारे ना ते. विकले तर गोव्याकडे कत्तलखान्यालाच. तिला ते नको होतं.''

''पण अरे विष्णू, आता तुझं वय झालंय, अनंताची डोंगराकडची शेती कामाला किती कठीण आहे माहीत आहे? नांगरताना नांगर दाबून धरावा लागतो. हे बैल ओढतील तो नांगर? नांगरणीला दगडासारखी ढेकळं वर निघतात. तुझी बायको फोडेल ती ढेकळं? खंडाला काय देतोस ते दे म्हटलं म्हणे! अरे कुळवाडी तो. उद्या पोती घेऊन खळ्यावर येऊन बसेल.''

''आता पोटासाठी काही धडपड करायला हवी ना, सीताई?'' विष्णूनं बैलांना नेऊन मांगरापुढच्या एका झाडाला बांधलं.

तिकडे शंकरचा आवाज नव्हता. मध्येच तो म्हणाला, ''माझा मुलगा धंद्याला लागला आहे. मी आता बसून खाणार. तो पोलिसांना पोसतो आहे.''

सीताईनं मनात म्हटलं, धंदा कसला? दारूसकट पोलीस त्याला केव्हा पकडून नेतील सांगता येत नाही!

घनश्यामचा मुलगा सुरेश बापाबरोबर गेली तीनचार वर्षं कुंभारकाम करायचा. नंतर काही काळ तो धंदा सोडून गावात फिरायचा. काहीतरी शोधत फिरल्यासारखा. आज सकाळीच तो मळलेला तेलकट शर्ट, आणि चड्डी घालून जाताना दिसला. सीताईला माहीत होतं, तो आता ट्रकवर क्लीनर म्हणून काम करतो.

''चाललास रे सुरेश? कुणाचा ट्रक म्हणाला होतास?''

''काजूवाडीवरच्या विवेकनं ट्रक घेतला आहे नवा. गोव्याला रेतीला लावला आहे.''

''विवेक म्हणजे तो नागेश नायकचा मुलगा ना?''

''हो. नागेशमामा आता पोलिसातून रिटायर झाला आहे.''

''आता तू नेहमी गोव्यास ये-जा करतोस तर. मजा तुझी.''

सुरेश हसला. म्हणाला, ''त्या ट्रक ड्रायव्हरनं मला ट्रक चालवायला शिकवतो म्हटलं आहे. मग मी लायसन काढीन.''

सुरेश निघून गेला. सीताई विचार करत होती, हा ट्रकवर क्लीनर झालाय, कुणी गॅरेजमध्ये कामं करू लागले आहेत. कुणाच्या हातात पेटण्याऐवजी घण आलेत. वाडी आता विखरू लागली आहे!

तो गेला आणि सीताईला आठवलं, आपण आपल्या नातवाला कुठंतरी काम मिळतं का बघ म्हणून सुरेशला सांगायला हवं होतं.

तिकडे बसलेला शंकर अवचित घुमल्यासारखा करायला लागला. काही वेळ तो 'हूं हूं हूं' करत राहिला. मग जमिनीवर पडला. सीताईनं लगबगीनं त्याला जाऊन पाहिलं. तिला वाटलं. त्याचा प्राण हरपत चालला आहे. तिनं हाका मारून कुणाकुणाला बोलवलं. त्याचा मोठा मुलगा प्रकाश घरीच होता. सगळ्यांनी त्याला उचलून घराशी नेलं. तोंडावर पाणी वगैरे मारून सावध करायला बघितलं. पण शंकर आधीच मरून गेला होता.

राघोबा बराच आडव्या अंगाचा होता. त्यात काहीसा ठेंगणादेखील. तो आता पस्तीस वर्षांचा होता. कुंभाराचा सगळा धंदा चोख करायचा. त्यानं घातलेल्या आव्यात कधी एक मडकं फुटत नव्हतं. माती चांगली, पेटणं चांगलं आणि सुकवणं व्यवस्थित. गरगर चाक फिरवताना, त्यावर गळे रेखताना पाहिलं, तर तो मोठा जादूगार वाटत होता. कधी तो म्हणायचा, मी केलेलं हे मडकं नव्हे, प्रत्येक मडकं म्हणजे देवडीवरचा कळस आहे.

त्याची बायको अपरूपी हिला लग्नाला आठ वर्षांनंतर मूल झालं होतं. ते आता दोन वर्षांचं होतं. घरात आजारी बाप आणि एक लग्नाची बहीण होती. त्याला पाठचा एक भाऊ होता. त्याला कावीळ झाली होती. तो त्याच्यातून बरा झालाच नाही. मरताना म्हणे तो शरीराला हळद माखल्यासारखा पिवळा झाला होता.

आता मडकी खपत नव्हती, मडक्यांना किंमत येत नव्हती. मडकी टाकाऊ वस्तू झाली होती. गेली पंधरावीस वर्षं निष्ठेनं जीव ओतून काम करणाऱ्या राघोबाला ते लागत होतं. कधी वाडीच्या वेशीवर उभा राहून तो बाहेरच्या जगाला शिव्या द्यायचा.

मध्यंतरी तो बराच चिडचिडा झाला होता. सर्वांवर वैतागायचा. कुठं काही झालं, तर कुणाबरोबरही भांडायला उठायचा. विकायला गेल्यावर बायकोनं मडकी परत आणली, तर तिला शिव्या द्यायचा. राग आला, तर नवं मडकं जमिनीवर आपटून फोडायचा.

एक दिवस सदानंदाचा बाप यशवंत सहज त्याला म्हणाला, ''बघ राघोबा, कुंभारांवर दुहेरी संकट येणार आहे. एकतर मडकी हवी तशी खपत नाहीत. वरून सरकार तळ्यावर धरण बांधून मडक्यांची माती बुडवणार आहे.''

राघोबा त्यावर अवचित संतापला, ''तुला काय त्याचं? तुझ्या पोटात गुदगुल्या होत असतील नाही? तुझा मुलगा तिकडे खोऱ्यानं पैसा ओढतो. तुझ्या अंगावर रेशमाचं धोतर! घरातून फोडणीचा वास रोज येत असतो. मनिऑर्डरी घेऊन खा आणि उगी बैस तू. बोलू नकोस.''

''उगीच काय आडमुठं बोलतोयस तू राघोबा...?'' तो उगी जायला गेला.

राघोबाचा बाप घरात आतल्या बाजूला बसला होता. त्याचे दोन्ही गुडघे आखडून सुजले होते. तो मनात म्हणाला, कुंभारवाडीवर असा दुःस्वास कधी बघितला नव्हता. गरिबीनं माणसांची भुतं झाली आहेत!

मागच्या पावसाळ्यात त्यांची अन्नाविना बरीच आबाळ झाली होती. बाप तर उगीच अन्नावरची वासना गेल्यासारखा प्रत्येक वेळी 'नको नको' म्हणायचा. वयाला येणारी बहीण साळोरीनं चोचीत दाणा घ्यावा तशी खात होती. हे सगळं राघोबाच्यानं पाहावत नव्हतं. गरिबी आणि काळजापर्यंत मुरलेली नैतिकता, लोकलज्जा यांचा मेळ बसत नव्हता.

आता आता राघोबा वाडीतून बाहेरच जायला लागला. तिकडे तिकडेच राहायला लागला. कुठं जातो, काय करतो काहीच समजत नव्हतं. संध्याकाळी उशिरा परत येत असे, तेव्हा तो खूपखूप थकलेला, घामानं भिजलेला दिसायचा. त्याची चड्डी कमरेवर दुमडून आलेली असायची. अंग खरचटलेलं असायचं.

एक दिवस रामचंद्राची बायको आनंदी होसाळीला मडकी विकायला म्हणून गेली होती. एका घरासमोरून जाताना कुणीतरी म्हटलं, ''आगे, थांब, थांब, वर माडावर नारळ पाडायला माणूस चढला आहे.''

डोकीवर बुट्टी घेऊन आनंदी तिथंच उभी राहिली. नंतर चालायला लागली, तर राघोबा माडावरून खाली उतरत होता, खाली पोहोचला होता. त्याला पाहून तिला फार आश्चर्य वाटलं. तिनं राघोबा म्हणून हटकलं, तर तो कसनुसा हसला आणि डोकीच्या रुमालानं घाम पुसून घेऊ लागला.

आनंदीला वाईट वाटलं. हा पसरट अंगाचा राघोबा उंच माडांवर कसा चढत असेल? याला आणखी हे काम नको होतं!

घरी आल्यावर तिनं अपरूपीला म्हटलं, ''तुला ठाऊक आहे, राघोबा गावात नारळ पाडायला माडावर चढतो ते? त्याच्यानं ते काम होतं तरी का गं?''

ती संकोचत म्हणाली, ''पोट आहे ना गं? पोटासाठी हातपाय हलवायलाच पाहिजेत! घरी बसून, मडकी पेटून काय होणार आहे?''

'आई बरी नाही. येऊन जा' म्हणून पुरशानं कुणाकडून तरी मुलाला निरोप पाठवला होता. त्याच शनिवारी सखाराम आणि शीला गोव्याहून आले.

पूर्वी नाटकांतून काम करताना असलेला शीलाचा डौल, सुंदर दिसणं आणि मनमोकळं बोलणं, हसणं तसंच होतं. तिनं स्वच्छ, छान पातळ नेसलं होतं. पांढरंशुभ्र पोलकं घातलं होतं. वाडीवर या घरातून त्या घराकडे ती ये जा करायची, तेव्हा देवाची घंटी किणकिणत चाललीय असं वाटायचं.

सासू तशी बरी होती. उगीच अंग कणकणल्यासारखं व्हायचं. अंगावरून आगीच्या ज्वाळा गेल्यासारखं वाटायचं. त्या निमित्तानं तरी ते येऊन जातील म्हणून पुरशानं असंच सांगणं धाडलं होतं. तरीही शीलानं सासूला कारवारला नेऊन तपासून आणलं. येताना डॉक्टरनं लिहून दिलेली औषधंही आणली. डॉक्टरनं 'भ्यायचं काही कारण नाही' म्हणून सांगितलं होतं. सासूला माजाळीच्या बाजारात बसमधून उतरवून बरोबरीनं आणताना सगळी माणसं कौतुकानं शीलाला पाहत होती.

सीताई आल्या वेळी शीलाला सांगत होती, आपल्या नातवाला कुठंतरी कामाचं बघ म्हणून. शीलानं बऱ्याच ठिकाणी चौकशी केली. पण सीताईच्या नातवाचं, प्रमोदचं वय कमी होतं, म्हणून सगळे जण नकार देत होते. तो सहावीपर्यंतच शिकला होता, तेही कानडीतून. सांखवाळला शीला जिथं काम करत होती, त्या फॅक्टरीजवळ ब्रेड, बिस्किटं, केक भाजणारी एक मोठी बेकरी होती. ते गाडीत घालून ब्रेड, केक गोवाभर पोहोचवायचे. शीला त्या मॅनेजरकडे दुसऱ्यांदा बोलली. तो म्हणाला, ''वर्षभर तू त्याला इथं शिकण्यासाठी म्हणून ठेव. नंतर काय ते बघू.''

शीला म्हणाली, ''शिकताना त्याला पोटापुरतं काहीतरी द्या. गरीब आहे तो.''

मॅनेजर फक्त 'बघू, बघतो' म्हणाला.

त्यावरच शीलानं सीताईला आणि तिच्या सुनेला-ताराला- हे सगळं सांगितलं. त्या त्याला पाठवायला एका पायावर तयार झाल्या. सीताई म्हणाली, ''इथं आव्यात कुंभार मडकी भाजतात, तिथं तो पाव, बिस्किटं भाजेल. वाईट नाही काही.''

''आम्ही दाभोळीला राहतो. घर काही मोठं नाही. आत एक रांधायची खोली आणि बाहेर एक चांगला हॉल. पाणी कमीच येतं नळाला. मग ते दुरून आणावं लागतं बादलीनं.''

''सध्या ठेवून घे गं बाय त्याला कसंही करून.''

''व्यवस्थित राहावं लागेल. अडचण सोसावी लागेल. दुपारचं जेवण बेकरीत मिळेल, रात्रीचं मी पाहते. सगळं नीट समजावून सांगा त्याला. रविवारीही काम चालतं तिथं. पुन्हा पुन्हा गावाला यायला मिळणार नाही.''

शीला कुशीत बसून कानात सांगितल्यासारखी सांगत होती. तिचं सगळं खरं खरं वाटत हातं.

प्रमोद थोडा अस्थिर, चंचलच होता. एका ठिकाणी धड राहत नव्हता. आंब्याकडून काजूकडे आणि तिथून करवंदं काढायला! माती आणायला म्हणून गेला, तर घमेली, कुदळ तिथंच टाकून रानातून फिरायचा. पोरगेलाच वाटत होता.

आजीनं आणि आईनं त्याला पुढ्यात बसवून सगळं समजावून सांगितलं. ''शीला वहिनीलाच आता सगळं मानायचं. सखाराम भाऊ पण चांगला माणूस आहे. त्यांनी सांगितलेलं सगळं ऐकायचं. या कुंभार धंद्यात पुढचं काही होणार नाही. आम्ही आज आहोत, उद्या नाही. तुझं पुढचं आयुष्य आहे. लहान एक बहीण आहे. तिला तूच बघायला हवं.''

प्रमोद गोंधळातच सापडला होता. काहीच अर्थ लागत नव्हता. नुसता हुं हुं करत होता. काही नाकारण्याएवढा उद्धटही नव्हता तो. साधाच मुलगा होता. लहानपणापासून आईचं रडणं, आजीचा तळतळाट तो पाहत आला होता. लहानपणी तो आपल्या बहिणीला अंगावर घेऊन खूप खेळवायचा, वाडीभर फिरवायचा.

तो मुलगा संध्याकाळपर्यंत उगी बसून होता. त्याच्या पायातल्या उड्या अवचित कुणी काढून घेतल्या होत्या. आई तारा संध्याकाळभर त्याच्या अंगावरून, डोकीवरून हात फिरवत होती.

दुसऱ्या दिवशी आजीनं इकडे तिकडे करून त्याच्या हातावर दीडशे रुपये ठेवले. अंगावर असलेला एक मळकट कपड्याचा जोड आणि पिशवीत एक जोड - शर्ट आणि हाफपॅण्ट. इतकंच घेऊन तो शीला आणि

सखारामबरोबर जायला निघाला. धाकटी बहीण जशी हरणाच्या ओल्या डोळ्यांनी त्याला पाहत होती.

त्याला पोहोचवायला सीताई बस थांब्यापर्यंत गेली. वाटेवर ती मध्येच नातवाच्या डोकीवरून हात फिरवीत होती. 'सखाराम भाऊकडे, शीला वहिनीकडे नीट वाग' म्हणून सांगत होती. शीलाचे पाय धरल्यासारखी तिला सांगत होती, ''थोडा अजाण आहे तो. त्याला नीट सांभाळ गं बाय!''

बसमध्ये बसवून येताना तिला अगदी गळून गेल्यासारखं वाटत होतं. तिचे पाय लटपटत होते. वाटत होतं, हातात आत्ता काठी घ्यावी, नाही तर आपण पडू!

तिन्हीसांजा झाल्या आणि काळोख धुक्यासारखा पसरू लागला. पण दिवा लावायचं भान कुणाला नव्हतं. सीताई उंबऱ्याशी उगी बसली होती. आतल्या बाजूला तिची सून तारा काळोखानं घट्ट आवळून धरल्यासारखी हळूहळू कण्हत होती. काळीसावळी पण लखलखीत डोळ्यांची तिची सुंदर, तरुण सून आता सुकत चालली होती, मुळावर घाव घातलेल्या झाडासारखी. सीताईसुद्धा आता शक्ती संपल्यासारखी वाटत होती. अंगानं लांबरुंद अशी ती बाई, कासवासारखं तिनं आता आपलं अंग आवळून घेतलं होतं.

तिचा नातू जाऊन आता महिना झाला होता. रानात चरता चरता वासरू हरवून गेल्यासारखं झालं होतं त्या दोघींना. बाप मेल्यावर तो एकटाच 'पुरुष' घरात होता. तो सुद्धा अजाण वयातच पोट भरायला दूर निघून गेला होता!

दूर डोंगरापर्यंत काळोख, त्यात रातकिड्यांचं किरकिरणं. तिला उगीच वाटलं, या काळोखाचा पार कधी लागणार नाही. सीताईला पहिल्यांदाच काळोखाची भीती वाटू लागली. ती शुद्ध हरवल्यासारखी मोठ्यानं सुनेला म्हणाली, ''तारा, तुझा मुलगा प्रमोद बघ हं उद्या पॅण्ट, बूट घालून येणार. बरोबरीनं नोटांच्या कवळ्या, साड्यांचे गठ्ठे... तुझे आता हसण्याचे, मिरवण्याचे दिवस. रडतेस कशाला गं तू? दिवा लाव. मुलीला हाती धरून फुगड्या घाल. नाचरी हो जरा...''

विचारात आणि बरोबरीनं काळोखात बुडून गेलेली तारा भानावर आली. 'दिवा लावते' म्हणत उठली. उठता उठता तिनं म्हटलं, ''तुला आता म्हातारचळ लागलाय. असला खेळ माझ्याबरोबर खेळू नकोस तू. तुझ्या मुलानं खूप खेळ केला माझ्याबरोबर, नशिबानेसुद्धा...!''

पण सीताई मागच्या आठवणींत गढून गेली होती... खूप वर्षांआधी लग्न लागून तिन्हीसांजेला वाडीवर पोहोचली होती. वाडीत आत येताच घनश्यामच्या बापाचं जळून गेलेलं घर आधी दिसलं. फक्त जळक्या आढी आणि मेढी उभ्या होत्या. सांगायचे, वाडीच्या मावळतीला अजून एक आव्याचं ठिकाण होतं. एके दिवशी आवा चेतवला असताना वाऱ्याच्या झोतानं गवताचं पेटतं कवळ उडालं आणि घनश्यामाच्या बापाच्या घरावर जाऊन पडलं. तणाचं, झावळ्यांचं घर उभं पेटलं आणि जळून खाक झालं. घागरभर पाणीही ओतायला मिळालं नाही.

घनश्यामचा बाप मग काही महिने याच्या त्याच्या घराच्या वळचणीला राहिला. एक दिवस त्यानं काखेत झोळी घेतली आणि गावभर फिरून लोकांची मदत मागितली. म्हणाला, ''अग्निनारायणनं माझ्या घराचं भस्म केलं आहे. माझी मठी परत उभी करायला काही मदत करा. लोकांनी भात, तांदूळ, पैसे, जे देता येईल ते त्याच्या झोळीत टाकलं. नंतर त्यानं आपलं घर त्याच जागेवर उभं केलं. या वाडीवर लाल मंगळुरी कौलांनी पूर्ण झाकलेलं ते पहिलं घर. ते पाहून लोकांनी म्हटलं, 'अग्निनारायणाची कृपा!'

तेव्हा लोक खरंच सुखी होते. सणाला, जत्रेला रगड्यावर तवली भरून पीठ वाटायचे. पान्नं, पोळे, शेवया, नेवऱ्या करून खायचे. बरोबर खुळणी भरून चांगल्या चांगल्या माशांची कढी.

डोकीवर मडक्यांची ओझी घेऊन उन्हाळाभर जत्रेत फिरायचे. खाजे खपल्यासारखी मडकी खपायची. मडकी घेण्यासाठी म्हणून लोक जत्रेला येत. आताच्यासारखे फक्त सरणावरच मडकी फोडायला राहत नसत.

पुरुष बायकांना घेऊन जळण, सरपण आणायला रानात जात. परत येताना डोकीवर ओझी घेतलेल्या बायका तृप्त, समाधानी आणि तांबूस रंगाच्या वाटत. तेव्हा रानंसुद्धा गच्च, हिरवीगार होती. तेव्हा हा डोंगर किती जवळ वाटायचा! तळ्यातला मातीचा वास वाऱ्याबरोबर दारापर्यंत पोहोचायचा. मसणवट मात्र डोंगराच्या आत आहेशी वाटायची. आता ती अंगणातच येऊन राहिलीय असं वाटतं.

एका वर्षी काय झालं. गरोदर बायकांचा अवचित गर्भपात व्हायला लागला. जन्माला आलेली मुलं सटवाईनं कपाळावर लिहायच्या आधीच मरायची. शेतातल्या धान्याला कीड लागली, नारळाची बोंडं झडायला लागली म्हणून कुळवाडी रडायचे. त्याच वर्षी सीताईचा नवरा मेला. एक दिवस रक्त हागला. मग काहील तापल्यासारखा ताप आला. पुढले सात दिवस सारखा ताप येत होता. त्यातच तो संपला. तेव्हापासून लोक कुजके

होत उलट्या पायांनी दूर दूर गेले, ते पुन्हा जवळ आलेच नाहीत. वाडीवरचा आंबा बिचारा वर्षावर्षाला नेमानं फुलायचा, फळं धरायची. त्याला मुळासकट मारून जमिनीवर आडवा टाकला. तेव्हा त्याला मुळातून कळशीभर अश्रू फुटून मग त्याचा डिंक झाला. कुणाच्या नावानं रडला तो? कुणाकुणाला श्रापलं त्यानं?

काळोख गच्च होत गेला आणि सीताईच्या कानात काळोखाची शीळ घुमल्यासारखी झाली. तिनं नीट कानोसा घेतला, अशा काळोखाच्या शिळा पूर्वीही कधी ऐकल्या आहेत. नवऱ्याच्या बाराव्याच्या दिवशी. मुलगा मेला, तेव्हा सून रात्रभर हुं हुं करून रडायची आणि काळोख बाहेर शिळा घालायचा! परमेश्वरा, माझा एकच कोंब दूरगावी गेला आहे, त्याचं रक्षण कर तू! आम्ही गावाबाहेर कधी गेलो नाही, आम्हांला सगळी काळजीच वाटते!

वाडीवर इतकी शांतता होती! वाटत होतं, काळोखाच्या रानात घरं वारुळासारखी उभी आहेत. सीताईला वाटलं, सगळी मडकी फोडून टाकून आव्यावर पाणी मारून, सगळा पसारा बांधून घेऊन कुंभार दिगंतराला जायला निघालेत! दिसतात ती घरं नव्हेत, तर फुटलेल्या मडक्यांच्या राशी आहेत!

शेताच्या बाजूनं काळोखातून कुणी येत होतं. सीताईला भीती वाटली. तो चुकून विहिरीकडे तर जाणार नाही ना? ही बिन कठड्याची विहीर कितीतरी काळ तहानलेली कशी आ वासून उघडी आहे. दिवसा, रात्री कुणीतरी त्यात पडेल असं वाटत राहतं. इतकी वाटेवर, इतकी उघडी, पण त्यात कुणी कसा बरं पडत नाही?

तो कोण सीताईच्या अंगणात येऊन त्यानं रडल्यासारखी हाक मारली, ''सीताई!''

आणि तो जवळ दारातच येऊन उभा राहिला. भस्स करून दारूचा वास आला.

''कोण? धर्मूचा प्रेमानंद रे? केव्हांचा पोर तू आणि काय ही तुझी दशा!''

''बापानं अन्नाला महाग केलं आणि आता मडकीही खपत नाहीत. मी माजाळीला लोहाराच्या शाळेत लोखंडावर घण मारायला जातो. हा बघ हात फुटून रक्त आलंय.''

''कोवळे हात तुझे ते! म्हणून दारू प्यावी का? बापाला बघितलंच होतंस तू.''

बाबा आता मरणार आहे. भूक गेलीय त्याची. आईला देतो मी दिवसाला दहावीस. तो मेला, तर आई तरी सुटेल!''

त्याचं ते बोलणं ऐकून सीताईला कसंसंच झालं! तो जाता जाता बोलत होता, ''घण म्हणजे कुंभाराच्या हातातलं पेटणं नव्हे. गरम लोखंडावर घण घातला की आगीच्या ठिणग्या उठतात. रट्टे फुटतात...''

नंतर शाणू अंगणातून गेला. सुनेनं ओसरीवर ठेवलेल्या दिव्याचा उजेड अंगणापर्यंत पुसटसा येत होता. शाणू आधीच किंचित लंगडा, आता तो खूपच लंगडतोय असं वाटत होतं. शाणू किती चांगला, सभ्य माणूस होता. बायको गेली, तेव्हा त्यानं किती दुःखाचे दिवस काढले. पण तेव्हा कधी प्यायला नव्हता. आताच का प्यायला लागलाय हा?

सून जवळ येत तिला म्हणाली, ''अगं, अशी काळोखात गं बसलीस भुतासारखी. तुझी नात म्हणते, आजीला बोलव. चल, वाढते मी तुम्हांला.''

तारानं आता जगण्याला जोर धरला होता. कुणाही शेतकऱ्याकडे, कुठं काम मिळेल तिथं जायची. कुणीही शेतकरी भेटला, तर म्हणायची, ''शेतकामाच्या मजुरीला माणूस लागत नाही तुम्हांला? की सगळी कामं तुम्हीच करता?'' तो मग हसत म्हणायचा, ''लागला तर सांगतो तुला. कामं चांगली करतेस तू.''

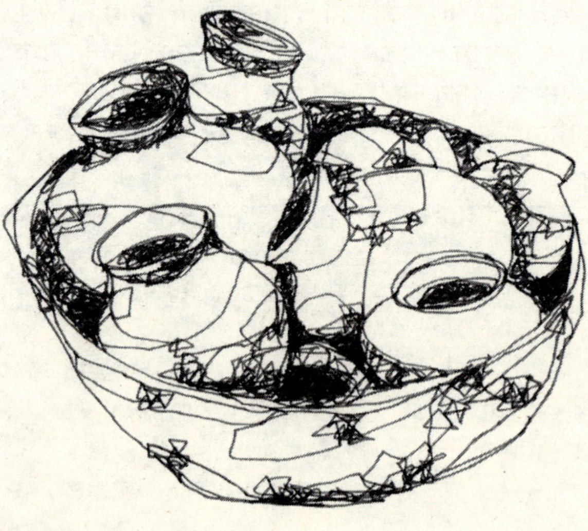

सगळी धूळ खाली बसल्यासारखी कुंभारवाडी शांत सुन्न पडून होती. डोंगरालगतच्या तळ्याचं पाणी नुकतंच तळाला पोहोचलं होतं. आटलेल्या तळ्यातले मासे – पिट्टोळ, थिगूर, खर्च्या, गोळके चहूबाजूच्या शेतकऱ्यांनी, कुंभारांनी बुड्या मारून मारून धरून नेले होते. पाणी एकदम गढूळ, चिखल करून टाकलं होतं. रात्री कधी तो कुजका वास वाऱ्याबरोबर वाडीपर्यंत येत होता. आता ते सगळं सुकून जाणार होतं. कुंभार मग माती न्यायला तळ्यावर यायला लागणार होते. सीताईला एक कोडं पडत होतं, या कुजलेल्या काळ्या मातीची मडकी आव्यात भाजल्यावर देवासारखी लाललाल कशी होतात? कधी नवं मडकं अबोलीची फुलं माळलेल्या सवाष्णेसारखं दिसतं. तिला हे कोडं सदानंदाला विचारायचं होतं, पण तो ही कुंभारवाडी सोडून पुण्याला पोहोचला होतो. सदानंद शिक्षण घेऊन आला, तेव्हा त्याच्या डोळ्यांतनं, चेहऱ्यावरून सोन्याचा रंग चकाकतोय असं वाटायचं. सखारामची बायको शीला एका सुवर्ण हरणासारखी या वाडीवर चुकून पोहोचली होती. ती सुद्धा गेली कुंभारवाडी सोडून! इथं चांगल्यासाठी जागाच नाही की काय?

सीताईला आठवलं, हे आता आंबा फुलायचे दिवस. या दिवसांत आंबा फुलून त्याचा रथ व्हायचा. फुलांचा सुगंध वाडीवर पोहोचायचा. तिला वाटलं, देवाची दैवी शक्ती म्हणजे तो सुगंधच. वाडीवर आंब्याचं झाड उभं होतं, तेव्हा वाडीचंच एक देऊळ झालं होतं. सगळं तेज हरपलंय आता!

जाईची धाकटी बहीण आणि तिचा नवरा अंगणातून जाताना दिसला. सीताईला माहीत होतं ते का आल्येयत ते – जाईला एकसारखं अंगावरून तांबडं जात होतं. एक दिवस विष्णू तिला घेऊन गोव्यात बांबोळीच्या हॉस्पिटलला गेला. तिथं तपासणीनंतर डॉक्टरनं सांगितलं, तिच्या गर्भाशयात गाठी झाल्या आहेत. त्या कॅन्सरच्यापण असू शकतात असंही डॉक्टर म्हणाले म्हणे. दहा दिवसांनी परत बोलवलं होतं गर्भाशय काढून टाकायला!

जाईला धष्टपुष्ट चार मुलं. दोघी स्वरूपसुंदर मुली लग्न होऊन नवऱ्यांघरी नांदत होत्या. मुलगे बापाच्या धंद्याला मदत करत होते. आता ते म्हणायचे, आम्ही कुठंतरी बाहेर गावीच जाऊ. अजून लहानच होते ते. स्वभावानं एकदम चांगले, प्रेमळ. दुसऱ्यांना सावली देऊन आपण उन्हात उभे राहतील! या मायेच्या गर्भाशयात या गाठी! विष्णू चक्रावून गेला होता. तो दुःखी होता. चाकला हात लावायला, गळे काढायला त्याचं मन होत नव्हतं.

हॉस्पिटलच्या लोकांनी त्याला सांगितलं होतं, फक्त राहणं, जेवण आणि ऑपरेशन सरकारी खर्चानं होईल. इतर सगळा औषधांचा वगैरे खर्च त्यालाच करावा लागेल. त्याची इंजेक्शनंसुद्धा महाग असतात. आठदहा हजार तरी होणार होता तो खर्च.

विष्णूला तो एक डोंगरच वाटला. त्याच्यापाशी जे काही होतं, ते एकाच वेळी पणजीला जाऊन येईपर्यंत संपलं होतं. कुणापुढे कधी हात न पसरणारा विष्णू आता लहानपणा घेऊन पैसे जमा करण्याच्या प्रयत्नाला लागला होता. कुठं कुठं जाऊन येत होता. बँकेत गेला, तर त्या लोकांनी विचारलं, धंदा काय करतोस? तारण म्हणून ठेवायला काय आहे? घर, जमीन, सोनं, तीन हमीदार? त्याच्यापाशी काहीच नव्हतं. घर तर मातीचं होतं. गवतानं शाकारलेलं. पुऱ्या वाडीची जमीन कुंभारांची सामाईक होती. कुठंच वाटण्या झाल्या नव्हत्या.

परवा मोठ्या मुलीकडे गेला, तेव्हा ती खूप रडली. मग म्हणाली, ''माझ्या मंगळसूत्रातले हे दोन मणी अखंड सोन्याचे आहेत. आपण जाऊ या सोनाराकडे. मिळतील थोडे पैसे.''

पण विष्णू गेला नाही.

धाकट्या मुलीकडे जाऊन सांगितलं तर मुलगी, जावई, मुलीची सासू काही वेळ स्तब्ध बसून राहिले. मुलगी नवऱ्याकडे अगदी विश्वासू नजरेनं, आस्थेनं एकटक पाहत होती.

जावई आपल्या आईकडे पाहत म्हणाला, ''माझ्या नावावर शेतीचा एक तुकडा आहे. पाच गुंठ्याचा. तो बँकेकडे ठेऊ या तारण म्हणून.''

विष्णू काही वेळ डोकं हलवत राहिला. म्हणाला, ''मी सोडवून देईनच तो वर्षभरात.''

आई म्हणाली, ''तेवढंच रे ते शेत कुंभाराच्या नावावर, पूर्वजांपासून चालत आलेलं!''

''आपण लवकर सोडवून घेऊ ते आई!''

आज उगवलेल्या सूर्याला जणू उजेड, ऊन नव्हतंच. सूर्याच्या तोंडावर पडदा धरल्यासारखं वाटत होतं. दूर डोंगरमाथ्यावर एका ओळीनं पहारेकऱ्यासारखे उभे असलेले पांढरेशुभ्र अर्जुनाचे वृक्ष धुक्यातून अजून मोकळे झालेले नव्हते. कुणी पाखरू गायलेला, रडलेला आवाजही येत

नव्हता. तळ्याकडे सगळं शांत होतं. तळ्याच्या बांधावरचा कणकीचा शेंडा तेवढा राक्षसाच्या शेंडीसारखा दिसत होता.

वाडीच्या मागच्या बाजूला एक शेतकरी बैलावर ओरडत शेत नांगरत होता. मध्येच बैलांच्या पाठीवर राप् करून काठी मारल्याचा आवाज इथवर ऐकू येत होता.

कुंभार नेहमी उशिरा उठायचे. कधी शेतकरी त्यांना म्हणायचे, तुम्ही निजल्या ठिकाणी सूर्यावर पाय मारता म्हणून तुमची पोटं भरत नाहीत. म्हणून सूर्य उगवण्याआधीच उठावं माणसानं. पण ते तसं नव्हतं. कुंभार रात्री उशिरापर्यंत मडकी पेटत बसायचे. बायकाही तिथं आतबाहेर करत असायच्या. त्यांना काय हवं नको ते पाहायच्या. नवरा झोपायला गेल्याशिवाय त्यांना झोपच येत नसे.

त्या दिवशी सकाळी उठून कुंभार दाताला राखुंडी लावत असताना डोंगरपायथ्याकडून, तळ्याकडून सारखा घरघर आवाज ऐकायला येऊ लागला. लोकांना आश्चर्य, डोंगराच्या बाजूनं आणखी हे कसलं यंत्र घरघरतंय! सगळे कुंभार हांका देत घाईघाईनं एकत्र झाले.

डाव्या बाजूनं दूर शेतातून पाहिल्यास, वीसेक बायका पुरुष दवातून भिजतसे शेतातून चालत होते. त्यांच्या हातात घमेली, कुदळ, फावडी होती. पाहून कुंभारांच्या काळजात खपापा भरून गेला. हातात ही अवजारं घेऊन धावतसे का जातात ते? कुणाची मढी घालायला?

चहूकडे बरीच झाडं पानझड येऊन उघडी झाली होती. तळ्यातलं पाणीही सुकलं होतं. कधी पाण्यावर गाल टेकवून फुललेली कमळं, त्यांचे देठ आता चिखलात मिळाले होते. कुंभार आणखी आठच दिवसांनी तळ्यावर माती आणायला जाणार होते.

कुंभार उभे होते तिथंच थंडीनं कुडकुडल्यासारखे खाली बसले. जीव तर खालीवर होत होता. डोंगरकडेवर कसली ही मरणाची घरघर!

विष्णू सकाळी बैलांना घेऊन तळ्याच्या बाजूनं गेला होता. तो बैलांना तिथंच सोडून धावत वाडीवर आला. त्यानं मोठ्यानं साऱ्यांना सांगितलं, ''माजाळीच्या बाजूनं वाट काढत दोन मोठी माती खणणारी यंत्र आणि दोन ट्रक तळ्यावर पोहोचले आहेत. कारवारकडून आलेला वड्डरांचा, लमाण्यांचा तांडाही बांधावर उभा आहे.''

ऐकून पुरशानं रडल्यासारखं म्हटलं, ''आता आमची माती खणून ते बांधाला घालणार. तीसचाळीस फूट उंच करणार बांध. आमची माती वर्षभर बुडून राहणार!''

घनश्यामनं पुढं म्हटलं, ''वर्षभर त्यांची शेतं, माड, माडी शिंपतील ते. सुखी, श्रीमंत होतील ते. आपल्याला मात्र मडक्यांना बुट्टीभर माती मिळणार नाही. मातीची भीक मागत आता कुठं जाणार आपण?'' त्यानं मोठ्यानं सीताईला हाक मारली, ''सीताई, आय, बघ गे, तळ्याच्या बाजूनं कुणाला मरणाची घरघर लागली आहे ती!''

सीताईला सगळं कळलं होतं. ती थंड पावलांनी आली आणि त्यांच्याजवळ बसली. हातपाय मोडून पसरून टाकल्यासारखी.